“ደራሲ ዳንኤል አበራ “ዕንቆቅልሽ” መጽሐፉን ይኸው ጀባ ብሎናል። ዝግጅቱ ከፍተኛ ፍላጎትን የሚሻ፤ ከዚያም ፈታኝ ትዕግስትን የሚጠይቅ፤ ብሎም ታሪካዊ ሂደቶችን የሚዳስስ የቋንቋ ቅርስ ነው። በተለይም በውጭው ዓለም ለሚኖር ኢትዮጵያዊ ቀላል ሥራ ባይሆንም፤ ለሀገሩ የሚያበረክተው ስጦታ ቢኖር ይህን መሰል መጽሐፍ - ለትውልድ የማስተላለፍ ሀውልት ነው።

የአንድ ቋንቋ ሙሉነት የሚገለጽባቸው ፈርጆች ብዙም ቢሆኑ፤ በተለይም “ተረትና ምሳሌ”ና “ዕንቆቅልሽ” ያለፈውን ትውልድ ተሞክሮና ዕውቀት ለተተኪው ትውልድ ማስተላለፊያ ዓቢይ መሣሪያዎች ናቸው። ለዚህም ምስክርነት የዳንኤል መጽሐፎች አስረጂ ናቸው።

ዳንኤል ኑሮውን በሰሜን አሜሪካ ካደረገ ዓመታት ቢቆጠሩም፤ ልቡ ምንጊዜም ኢትዮጵያ ውስጥ ለመሆኑ ከዚህ ሥራው በላይ ምን ማለት ይቻላል? በየመድረኩ የሚያሳየው የመሪነት ብቃትና ፈቃደኛነት፤ እውነተኛ የሕዝብ አገልጋይነቱን ፍንትው አድርጎ ያሳያል -- ሥነ-ጥበብ የሕዝብ ናትና!”

...

“አዎ ሥነ-ጥበብ ከተነሳ፤ በተለይም በዐማርኛ ሥነ-ጽሑፍ ዘርፍ ታላላቅ ደራሲያን፤ ያለፈውን ታሪካችንን እንዳስተማሩን፤ የዛሬውን ሕይወታችንን እንዳሳዩን፤ የመጭውን ጊዜም እንዳመላከቱን ሁሉ፤ የወደፊቱን ሕይወታችንን በቅጡ እንድንጓዝ ካለፈው በወጉ እየተማርን፤ የዛሬውን በተገቢው እያስተዋልን መሆን ይኖርበታል። ለዚህም ቀና ጉዞ የደራሲ ዳንኤል ከዐማርኛ ለዛዎች አንዱን “ዕንቆቅልሽ” ለአዲሱ ትውልድ፤ የምንነት መገለጫ ምሰሶን እንቋደሳለን። ወጣቶችም የቋንቋውን ለዛ ያጣጥሙበታል። አዳዲስ ደራሲያንም ይማሩበታል፤ የቋንቋውም ቀጣይ ዕድገት ይበለጽጋል - ይህ ለዐማርኛ ተሸጋጋሪነት አስተዋጽኦው የጎላ ነው።

ሌላው አስገራሚ ጉዳይ፤ በተለያዩ አጋጣሚዎች ዳንኤል የሚያቀርባቸው አጫጭር ታሪካዊ ትርክቶች፤ ዕውቀትን የጠገቡ፤ ምርምርን የተካኑና እንደ ዉኃ ኮለል ብለው የሚፈሱ ሲሆኑ፤ ምናልባት ከአምባሳደር ዘውዴ ረታ ጽሑፍ ጋር ብቻ የሚቀራረብ ነው ማለት ያስደፍራል።

ዳንኤል ከዚኽ ቅርስን ከማስተላለፍ ሥራው በተጨማሪ ምርምርን የተመረኮዘ ሥራዎቹን በቅርቡ እንደምናይ ያለኝን ታላቅ ጉጉትና ተስፋ እየገለጽሁ፤ ይኽንን አስተያየት ለመጻፍ ዕድል በማግኘቴ ምስጋናዬ የላቀ ነው።”

ግርማ ላቀው ታምሬ
የመስቀለኛ መንገድ እና የቀንጃ ፍቅር ደራሲ

የዐማርኛ ዕንቆቅልሽ

ዳንኤል አበራ

አንደኛ ዕትም

የዐማርኛ ዕንቆቅልሽ

ዳንኤል አበራ

የዐማርኛ ዕንቆቅልሽ Riddles in Amharic
ዳንኤል አበራ Daniel Aberra

Copyright©2019/2012 Daniel Aberra

All rights reserved. No part of the book protected by this copyright notice may be reproduced or utilized in any form or by any means, electronic or mechanical, including photocopying, recording or by any information storage and retrieval system, without prior written consent from the copyright owner.

Cover design by Serkalem Endale

መታሰቢያነቱ

ለየምሥራች መንገሻ፣
ለነቢይ ዳንኤል እና
ለዳግማዊ ዳንኤል

ማውጫ

	ገጽ
ምስጋና	8
መቅድም	9
መግቢያ	12
ምዕራፍ 1. ሀ፥ ሐ፥ ኀ፥ ኸ	15
ምዕራፍ 2. ለ	17
ምዕራፍ 3. መ	20
ምዕራፍ 4. ሠ፥ ሰ	25
ምዕራፍ 5. ረ	31
ምዕራፍ 6. ሸ	32
ምዕራፍ 7. ቀ	33
ምዕራፍ 8. በ	36
ምዕራፍ 9. ተ	44
ምዕራፍ 10. ቸ	48
ምዕራፍ 11. ነ	49
ምዕራፍ 12. አ፥ ዐ	52
ምዕራፍ 13. ከ	67
ምዕራፍ 14. ወ	71
ምዕራፍ 15. ዘ	73
ምዕራፍ 16. ዠ	75
ምዕራፍ 17. የ	75
ምዕራፍ 18. ደ	84
ምዕራፍ 19. ጀ	85
ምዕራፍ 20. ገ	86
ምዕራፍ 21. ጠ	88
ምዕራፍ 22. ጨ	92
ምዕራፍ 23. ጸ፥ ፀ	93
ምዕራፍ 24. ፈ	93
ዐቢይ የዕንቆቅልሽ ምንጮች ዝርዝር	94
ዐቢይ የድረ ገጽ ምንጮች ዝርዝር	95
የዕንቆቅልሽ ጥቁማት መዘርዝር	96

7

ምስጋና

ይህንን መጽሐፍ ለማዘጋጀት ካሰብኩ ጀምሮ ብዙ ሰዎች አግዘውኛል። እህቶቼ ነጻነት እና የጅማ ወርቅ ዕንቆቅልሽ ከመሰብሰብ ጀምሮ የሞራል ድጋፍ በመስጠት፤ ወንድሞቼ ኀይለ ልዑል እና ደረጀ ፋይናንሱንም፣ ህትመት መከታተሉንም፣ አይዞህ ባይነቱንም ራሄልም ያሬድም ፋኑኤልም አይዞህ ካሰብክ አድርገው በማለት ቁሳዊም መንፈሳዊም እገዛ አድርጋችኹልኛል። አመሰግናለኹ።

አቶ መለሰ ማሩ (መሳይ)፣ አቶ ፍስሓ አጥላው፣ አቶ ዳንኤል ያዕቆብ፣ አቶ ፈንታው ጥሩነህ፣ አቶ ብርሃኑ መጨጊያ፣ አቶ ዐለም እሸቱ እና አቶ ፈንታው አባተ ሊታመን የማይችል የምንጭ መጻሕፍት እገዛ፣ በተጨማሪም ዶ/ር አካለወልድ ተሰማ፣ ዶ/ር ግርማ ደመቀ፣ ዶ/ር አቢይ ዘርፉ፣ ዶ/ር ኤፍሬም ዘውዴ፣ ዶ/ር ይሁኔ አየለ፣ እና ዶ/ር ብሩክ አብዱ እንዲሁም ምስክር ጌታነው፣ ሰርካለም እንዳለ፣ ቢኒያም ወንድሙ እና የካኖፒያ ካናዳ ግሩፕ አባላት ሥራዬ እንዲቃና ላገዙኝ ብድራቸውን እግዚአብሔር ይክፈልልኝ።

ሳምሶን ይርሳው፣ ኮከብ አየለ፣ ዕድላዊት አድማሱ፣ እንዲሁም የቀንጃ ፍቅርና የመስቀለኛ መንገድ ደራሲ ግርማ ላቀው ታምሬ ልዩ ሰዎች ናችኹ! እግዚአብሔር ይስጥልኝ።

ኹሌም ቢኾን፤ ሥራዬ ረባም አልረባም፤ ለአስደማሚ ድጋፋቸው ለተስፉ ኪዳኔ፣ ለመጽሔት መድምም፣ ለሮዛ መርሻ፣ ለትዕግሥት ወልዴ፣ ለካሌብ እንዳለ ከነመላ ቤተሰባችኹ ክብረት ይስጥልኝ።

መቅድም

ዕንቆቅልሽ በጥያቄ መልክ የሚቀርብ የሥነ ቃል ዓይነት ነው፤ የልጆች ጥሩ መማሪያና መዝናኛ የሆነ የጨዋታ ዓይነት ነው፡፡ የመስኩ ተመራማሪዎች ስለ አፈጣጠሩ ሲያትቱ "እንቁላል አለህ ወይም አለሽ ማለት ነው" ይላሉ፡፡ እንቁላል በውስጡ የያዘው ጫጩት ወንድ ይሁን ሴት ባለመታወቁ ከዚያ የተወሰደ ስም እንደሆነ ይነግሩናል፡፡ በአሁኑ ወቅት የእንቁላሉን ውስጥ ጫጩት ጾታ ጉዳይ ቢፈታም ዕንቆቅልሹ ግን ስሙን ይዞ ቀጥሏል፡፡

ዕንቆቅልሽ እንድታስብና እንድትፈጥር የሚያደርግ የጨዋታ ዓይነት ነው፡፡ "ፈጠራ የተቀናጀ ትውስታ ነው" ለሚሉ ሰዎች ዕንቆቅልሽ ዋና የፈጠራ ተግባር ነው፡፡ በዕንቆቅልሽ ውስጥ ያለው ነገር የተለያዩ ነገሮችን ማቀናጀትና ትርጉም ያለው ነገር ማስገኘት ነው፡፡ ጨዋታው በጠያቂና በመላሽ የሚከወን ነው፡፡ ጠያቂው፣ "ዕንቆቅልሽ" ብሎ ሲጠይቀው መላሹ፣ "ምን አውቅልህ" በማለት ዕንቆቅልሹን ያዳምጥና ለመመለስ ይሞክራል፡፡ ለምሳሌ፣ ጠያቂው "ዕንቆቅልሽ?" ብሎ ተጠያቂው "ምን አውቅልህ" ሲለው፣ "አድፋጭ፣ ተንቀጥቃጭ፣ ሯጭ ምንድን ነው?" ብሎ ቢጠይቀው፡፡ መላሹ ፈጣሪና ጎበዝ ከሆነ እነዚህን የተራራቁ ፅንሰ ሐሳቦች ወደ አንድ በማምጣት (በወንዝ ውስጥ፣ አድፋጭ አሸዋ ነው፤ ተንቀጥቃጭ ቄጠማ ሲሆን ሯጭ ደግሞ ውሃው ነው፡፡) ብሎ ሊመልስ ይችላል፡፡ ይህ የጥያቄና መልስ ጨዋታ በፍጥነት ማሰብን፣ ንቁ አድማጭ መሆንን፣ አካባቢን በጥልቀት የመረዳት ችሎታን፣ በአጠቃላይ ማሰብን እንዲያዳብሩ ይረዳል፡፡

በዕንቆቅልሽ ውስጥ ሌላም የጠያቂውን ችሎታ የሚያሳይና አስተማሪ ነገር አለው፡፡ ጠያቂው ያቀረበው እንቅቅልሽ ካልተፈታለት መልሱን መስጠት ግዴታው ስለሆነ መልሱን ከመስጠቱ በፊት በሽልማት መልክ "ሀገር ስጠኝ" ብሎ ይጠይቃል መልሱ የጠፋበት ተጫዋች ለጠያቂው አንድ ሀገር ጠርቶ "ሰጠሁህ" ይለዋል፡፡ ጠያቂውም ያን ሀገር በደንብ መግለጥ መቻል አለበት፡፡ በምሳሌ እንየው፡፡ ጠያቂው ዕንቆቅልሽ ብሎ "አጭር ጎልማሳ፤ ደረት ገማሳ ምንድን ነው?" ብሎ ቢጠይቅና ተጠያቂው መልስ ቢጠፋበትና ምላሹን ባለማግኘቱ ለጠያቂው "ባህርዳርን ሰጥቸሀለሁ" ቢለው ጠያቂውም ባህርዳርን በማግኘቱ ተደስቶ፣ "ባህርዳር ላይ ተቀምጬ ምን አጥቼ፣ ሁሉ

በእጄ፣ ሁሉ በደጄ፣ ጣና ሐይቅ ውስጥ ዋኘቼ፣ የጣና ገዳማትን ጎብኘቼ፣ በጢስ አባይ ፏፏቴ ተዝናንቼ፣ በዘንባባ ባጌጠው መንገዷ ተጉዤ፣ ዓሣ ወጡን በልቼ፣ ንፁህ አየሯን ምጌ" እያለና ሌሎች የከተማዋን ገፀ በረከቶች በመዘርዘር አዋቂነቱን ካሳየ በኋላ የዕንቆቅልሹን መልስ፣ "የቡና ፍሬ ነው" ብሎ ይነግረዋል፡፡

ይህን የመጠየቂያ ስነ ቃል በትምህርት ሥርዓታችን ውስጥ ጥቅም ላይ ብናውለው ብዙ እናተርፍበት ነበር፤ በዕንቆቅልሽ የማይጠየቅ የትምህርትና የዕውቀት ፈርጅ የለም፡፡ በተለይ ተጨባጭ ለሆኑትና ከምናባዊ ዓለም ለራቁት የዕውቀት ዓይነቶች ጥቅም ላይ ማዋል ይቻላል፡በምሳሌ ላስረዳህ፤

ሒሳብ

መካፈልን የማትወድ ማን ናት? መልሱ፣ ዜሮ ነው፡፡ ቁጥሮች በዜሮ አይካፈሉም፤ ይህ ስሌት ትርጉም አልባ ይባላል፡፡

ኬሚስትሪ

ሲጠጥር የሚቀል ምንድን ነው? መልሱ፣ ውሃ ነው፡፡ ውሃ ወደ በረዶነት ሲቀየር በውሃው ላይ ይንሳፈፋል፡፡

በእያንዳንዱ ተማሪ ቦርሳ ውስጥ የማልጠፋ፤ ስፈልግ አለት የምደረምስ፤ ካልሆነ በጥፍር የምፈረከስ፣ እኔ ማን ነኝ?

መልሱ ካርቦን የተባለው ኤለመንት፡፡ ካርቦን በሁለት መልክ ይገኛል፤ አንደኛው በእርሳስ መልክ ሁለተኛው በዲያመንድ (እንቁ) መልክ፡፡ ዲያመንድ በጣም ጠንካራና በማእድን ማውጫ ቦታዎች አለት ለመደርመስ ጥቅም ላይ ይውላል፡፡

ፊዚክስ

ሳይውል ሳያድር ብድር በምድር ምንድን ነው? መልሱ፣ የኒውተን ሦስተኛው ሕግ፡፡

ተንጋሎ ቢተፉ ተመልሶ ባፉ ምንድን ነው? መልሱ፣ ኾውታ (ፍሪ ፎል) ነው፡፡

ባዮሎጂ
በአካል የማይታይ ብርቱ፤ መላሽ ወደ ጥንቱ ወደ መሰረቱ፣ ምንድን ነው?
መልሱ፣ ባክቴሪያ ነው፡፡ ባክቴሪያ በዓይን የማይታዩ ብርቱ ሕይወታዊ ነገሮች ናቸው፡፡ ሕይወታዊ መነሻ ያላቸውን ነገሮች ሁሉ በማበስበስ ወደ ተሰሩበት ኤለመንቶች የሚቀይሩ ናቸው፡፡ ባክቴሪያዎች ባይኖሩ ዓለም በበድን ትሞላ ነበር ይባላል፡፡

አየህ! ዕንቆቅልሽ አቻ ለአቻ መማማሪያ መድረክ ነው፡፡ ዘዴው ድንቅ ነው፡፡ በጨዋታ የተማሩት ነገር አይረሳም፡፡ በጨዋታው ውስጥ አልህም እንዳለበት አትርሳ፡፡ ዕንቆቅልሽን መፍጠር ይቻላል፤ የፈጠራ ማደበሪያ ስልትም አድርገህ ልትወስደው ትችላለህ፡፡

እኔም የሚከተሉትን ዕንቆቅልሾች ልጠይቅህ፤
እሳት ፈሪ፤ ውሃ ደፋሪ ምንድን ነው? መልሱ፣ "ቅቤ" ነው፡፡
ሰው አብዝቶ ቢወስደው ችግር የማይፈጥር ምንድን ነው? መልሱ፣ "ማንበብ" ነው፡፡ ማንበብን መጠን አይወስነውም፡፡ ማንበብ እንደ ምግብ ቁንጣን፣ እንደ አልኮል ስካር አያመጣም፡፡
ሁልጊዜም ማስታወስ የማያቅተው ማን ነው?
መልሱ፣ "የማይዋሽ ሰው" ነው፡፡
ላዩ በድን ታቹ በድን መካከሉ ነፍስ አድን ምንድን ነው?
መልሱ፤ እንጀራ ነው፡፡
ጠዋት በአራት እግር፣ ቀን በሁለት እግር፣ ማታ በሦስት እግር የሚሄድ ምንድን ነው?
መልሱ፣ ሰው፣ በሕፃንነቱ ሲድህ፣ በአዋቂነቱ በሁለት እግሩ ሲሄድ፣ ሲሸመግል ምርኩዝ መጠቀሙን ለማመላከት ነው፡፡
አራት ወንድማማቾች ሲቆሙ የሚበላለጡ ሲታጠፉ ግን እኩል የሚሆኑ ምንድን ናቸው?
መልሱ፣ ከአውራ ጣት ውጭ ያሉት አራቱ ጣቶቻችን፤ ሲታጠፉ እኩል ይሆናሉ፡፡
(ሰለሞን ተሾመ ባዬ፡፡ (2007)፡፡ ፎክሎር፤ ምንነቱና የጥናቱ ትኩረት አቅጣጫ፡፡ አዲስ አበባ፣ ፋር ኢስት ትሬዲንግ ኃ/የተ/ማህበር፡፡)

ይሁኔ አየለ (ዶ/ር) የጠያቂው ልጅ እና የሙሉ ጤናን ፍለጋ ደራሲ

መግቢያ

ዕንቆቅልሽ አዝናኝ አመራማሪ የቋንቋ ጨዋታ ነው። አጨዋወቱ በጋራ ነው በጥያቄና መልስ መልክ። ዕንቆቅልሽን ዐዋቂዎችም ልጆችም ይጫወቱታል። ልጆች ሲጫወቱት የተለየ ሥርዐትና ሕግ አለው። ሥርዐቱና ሕጉ ልጆች ስለ ባሕላቸው ስለ አካባቢያቸው ስለ ማንነታቸው ይማማሩበታል።

የዕንቆቅልሽ ምንነት አስመልክቶ መስፍን መሰለ (2002) ወ/ጊዮርጊስ ወ/ዮሐንስን እንዲህ ይጠቅሳል።

"ዕንቆቅልኽ ወይም ዕንቆቅልሽ ማለት ከቀን ብዛት አነጋገሩ ተለውጦ ነው እንጂ ዕንቁላል አለኽ ወይም ዕንቁላል አለሽ ማለት ነው። ዕንቁላል ድፍን በመኾኑ በውስጡ ያለው ጫጩት ወንድ ይኹን ሴት ትኹን ከቅፍቀፋው ወይም ፍልፈላው በፊት ሊታወቅ ባለመቻሉ የተሰወረና የተደበቀ ምስጢር መጠያየቂያና መፈታተኛ ኾኖ ሲያፋትን ይኖራል (ወ/ጊዮርጊስ ወ/ዮሐንስ 1943፣ 5-6 (መስፍን ገጽ 2))።

የዕንቆቅልሽ አከናወን ስርዐት

መከፈቻው ጠያቂ:- ዕንቆቅልሽ/ኽ (= ተዘጋጂ ተዘጋጅ ጥያቄ ልስጥኽ)
ተጠያቂ:- ምን አውቅልሽ/ኽ (= ዝግጁ ነኝ መልስ ለመመለስ)
መዝጊያው ተጠያቂ መልስ መመለስ ከአልቻለ አገር በመስጠት፤ በግጥም በመሰደብ ወይም ለቀረበው ዕንቆቅልሽ መልሱን በማግኘት ነው (መስፍን ገጽ 5)። ከዚያ ዙሩ ይቀጥላል እንደ ኹኔታው ጠያቂ ተጠያቂ ይኾናል። ጨዋታውም ይቀጥላል።

አቶ ብርሃኑ ድንቄ (1938) ስለ ዕንቆቅልሽ ጨዋታ ሲያስረዱ ተጠያቂው መመለስ ካቃተው አገር ስጠኝ ይባላል። ጠያቂው ይገጥማል፤ ይፎክራል፤ ከሰጠኸኝ ሀገር ተቀምጬ ኹሉ በእጄ ኹሉ በደጄ፤ እንዳልሰድብኽ ወንድሜ፤ እንዳልሰድብሽ እህቴ ነሽ ይልና መልሱን ከትንተናው

ይናገራል። መልሱ ሳይመለስ ከቆየም ዋለብኽ ጠነዛብኽ ብሎ ወደ ሀገር ጥያቄ ይገባል። ሌላው አቶ ብርሃኑ (1938) ዕንቆቅልሽ ሰምና ወርቅ አለው ይላሉ። በተለይ የዐዋቂዎች ከኾነ ምላሹ ወርቁ መኾን እንዳለበት ምሳሌዎቻቸው ያስረዳሉ (ገጽ 19-20) ለምሳሌ ዕንቆቅልሽ "አንዲት ግንድ በኹለት ትከሻ ትጓደድ" ዕወቅልኝ ብሎ ይጠይቃል። መላሹ እንደምንገምተው "ቀንበር" ይላል። ጠያቂው አይደለም ይልና ሀገር ከተሰጠው በኋላ መልሱ "ፍቅር" ነው ይላል፤ ሲያብራራም ልክ እንደ ቀንበሩ ኹሉ ፍቅርም ኹለት ሰዎችን ሕዝቦችን አጣምሮ ወደ ትሩፋት ጥሩ ነገር ይመራል ይላል።

እስከአኹን ባደረግኹት አሰሳ የዕንቆቅልሽ ስብስብ መታተም የጀመረው በአለቃ ታየ (1891) ሲኾን እንደ አለቃ ታየ ኹሉ ሊቀ መዘመራን ዕቁበ ሚካኤል ሞገስም ዐማርኛን አስመልክቶ ኹለ ገብ ጥናት ያካኼዱና ያሳተሙና የተጉ ምሁር ናቸው። ከእነዚህ ደግሞ አለቃ ዘነብ ይከተላሉ። አለቃ ዘነብን ደግሞ አቶ ብርሃኑ ድንቄ፣ ብላቴን ጌታ ማኅተመ ሥላሴ ወልደ መስቀል እና ብላታ ወልደ ጊዮርጊስ ወልደ ዮሐንስ ለጣቂዎች ናቸው። ከቅርብ ዘመን ብርሃኑ ገ/ጻዲቅ፣ ሽፈራው አሰፋና መታፈሪያ ተጠቃሾቹ ናቸው። ይህ እኔ ያጠናቀርኩት ስብስብ ዋናው ጥቅሙ እና ከቀደምቱ የሚለይበት በመጠኑ ነው። በመቶ ዓመት ውስጥ ከአለቃ ታየ (1899) 10 ዕንቆቅልሾች እስከ ሽፈራው አሰፋ (2000) ከ400 በላይ ተሰብስበው ታትመዋል። ይህ መሠረት ኾኖ በዚህ ስብስብ ከ1200 በላይ ዕንቆቅልሽ ጨዋታዎች ተካትተዋል። በትኩረቱ ይህ ስብስብ ለጥናትም ኾነ ለማስተማሪያነት እንዲኹም በቡድን ጉዞ፣ ግብዣ ጨዋታዎች ቢያስፈልጉ ጥሩ ምንጭ ይኾናል።

መጽሐፉ ሦስት ዋና ክፍል አሉት። አንደኛው የዕንቆቅልሹ ጥያቄ በፊደል እና በቁጥር ስድር ሲኾን ኹለተኛው የዕንቆቅልሹ መልስ ያለበት ነው። ሦስተኛው ደግሞ ጥቁማት = ጥቁም ቦታዎች ዝርዝር ነው። ጥቁማቱ በዕንቆቅልሹ የተነሱ ይዘቶችን፣ ኹነቶችን መልሶ ከዕንቆቅልሹ ጥያቄ ጋራ በተራ ቁጥር ቶሎ ለማስገኘት ማስቻል ነው። የዕንቆቅልሹን ጥያቄና መልስ

አንድ ላይ ማድረግ ይቻል ነበር ግን በግል ለሚያነቡ ራሳቸውን እንዲፈትኑ፤ እንዲያዝናኑ በማሰብ በኹለት የተለያየ ክፍል ተደርገዋል።

የአጠያየቁ የጨዋታው ስርዐት

ጥያቄ ሲጀመር ዕንቆቅልሽ? ይባልና
መላሹ ዝግጁ መኾኑን ምን ዐውቅልኽ?
ምን ዐውቅልሽ? ይላል።
ጠያቂው ጥያቄውን ይልና ሲጨርስ

______________________________ ምንድነው?
______________________________ ማንነው?
______________________________ ምንድነኝ?
______________________________ ማንነኝ?
ዕወቅልኝ! ብሎ ይጨርሳል።

መላሽም ከመለሰ መለሰ፤ ካልመለሰ አልመለስከም፤ ሀገር ስጠኝ ወይም ደግሞ ከቆየ ዋለብኽ ጠነዛብኽ አላወቅኽም ይልና ጠያቂው ሀገር ጠይቆ መልሱን ያሳውቃል። ስለ ተሰጠው ሀገር የሚያውቀውን ተርኮ መልሱን አሳውቆ ጨዋታው ዙር ስለኾነ ጠያቂና መላሽ ሚና ይቀያየሩና ዕንቆቅልሹ ዕወቅልኙ ይቀጥላል።

ዳንኤል አበራ 2012 ዓ.ም.

ምዕራፍ 1 "ሀ፥ ሐ፥ ኀ፥ ኸ" ዕንቆቅልሽ

1. ሐያ ኾነው የሚያልሙት፤ ኹለት ኾነው የሚጠብቁት፤ ሰፊ ሜዳ ውስጥ ያለ መስኮት።
2. ሐያ ዘመዳሞች በውበት ደምቀን፤ ገበያ የምንወጣ ተኩለን።
3. ሃዲድ የለሽ፣ ባለጭስ ባቡር።
4. ሀገር የማደባልቅ ሲመቱኝ፤ የጋን ተተኪ።
5. ኀጢአት ውሎ፤ ሲሸጥ ሲሸጥ ኖሮ፤ ከእሳት የሚገባ።
6. ኹለመናዋ ጠቃሚ፣ ተዋፅኦዋ ለአካል ተስማሚ እንስሳ።
7. ኹለቱ አሪ፤ ኹለቱ አሳሪ።
8. ኹለቱ እሬሳ ኹለቱ አንበሳ።
9. ኹለት ራዳሮች ተራራ ሥር ተጣብቀው፤ ወሬ አነፍናፊዎች።
10. ኹለት ሽንቁር፣ ሞተር የሚያሽከረክር።
11. ኹለት ቅሎች ገደል ላይ ተንጠልጥለው።
12. ኹለት በድኖች የማይተዋወቁ፤ ተያይዘው ከአፈር ተደባለቁ።
13. ኹለት ቢላዋ ተባብሮ ጸጉር የሚኅምድ ተዘዋውሮ።
14. ኹለት አሳሪ፤ ኹለት አሪ።
15. ኹለት ኾነው አዩት፤ ዐምስት ኾነው አነሱት፤ ሠላሳ ኹለት ኾነው በሉት።
16. ኹለት ወንድማማች ጋራ ዘረው ይኼዱ።
17. ኹለት ወንድማማች ጋራ የጋረዳቸው፤ ጥበበኛው መጥቶ አስተዋወቃቸው።
18. ኹለት ወንድማማቾች፣ እኔ ልቅደም አንተ ቅደም ሲባባሉ ጓሮውን ዞሩ።
19. ኹለት ወይዘሮ፣ አንዷ ዕውር አንዷ ደንቆሮ።
20. ኹለት ዘንዶዎች ተኀተው ትልቅ ዛኒጋባ ተሸከመው።

21. ኹለት ጊዜ የሚወለድ።
22. ኹለት ጎረቤቶች የማይተያዩ።
23. ኹለት ጥቁር ዘንዶዎች ተኝተው፤ ትልቅ ዛኒጋባ ተሸከመው።
24. ኹሉ ሲከዳ፣ ምንም የማይከዳ።
25. ኹሉም ሲከዳ፣ ምንም የማይከዳ።
26. ኹሉም ገብቶ የሚጫወትበት ሜዳ።
27. ኹሉን የምታለብስ ዛፍ።
28. ኹሌ አዲስ ስልቻ፣ የምግብ መከተቻ።
29. ኹል ጊዜ ከላይ ከታች አይሰለቻት።
30. ኹል ጊዜም ማስታወስ የማያቅተው ማን ነው?
31. ኼዳ ኼዳ፤ ወንዝ ስትደርስ የምትታረድ።
32. ኼዶ ኼዶ ፍለጋ የሌለው።
33. ሕዝቡን ገደል የሰደደች ዛፍ።
34. ሕይወት የለውም፣ ሌት ተቀን የሚኼድ።
35. ሕይወት የሌለው የሰማይ ወፍ፤ በሰማይ ይንሳፈፍ።
36. ሆደ ሰፊዋ እናት፤ የልጇ ዱላ የበረታባት።
37. ሆዷን ሞልታ፤ የቀረውን በሾኳ ሰከታ።

ምዕራፍ 1 "ሀ፥ ሐ፥ ኀ፥ ኸ" የዕንቆቅልሽ መልስ

1. የግብ ማእዘኖች
2. የተቀቡ የእጅና እግር ጣቶች
3. ኩሽና፣ ማዕድ ቤት
4. በርሜል
5. ብር
6. ላም
7. የእጅ ጣት እና አፍንጫ
8. ሞፈር፣ ቀንበር እና በሬዎች
9. ጆሮ
10. ሶኬት
11. ጡት
12. ሬሳና ሳጥን
13. መቀስ
14. የእጅ ጣትና አፍንጫ
15. ዐይን፣ ጣት፣ ጥርስ
16. ኹለት ዐይኖች
17. ኹለት ዐይኖች፣ አፍንጫ፣ መስተዋት

18. እግር
19. ዐይንና ጆሮ
20. ሃዲድ
21. ዶሮ
22. ዐይንና ዐይን፣ ጆሮና ጆሮ
23. ሃዲድ
24. እድል፣ አፍ
25. እድል፣እህህ፣ መጽሐፍ፣ ዕውቀት
26. ገበያ
27. ጥጥ
28. ሆድ
29. ሰማይ እና ምድር
30. የማይዋሽ ሰው
31. ጭብጦ፣ በሶ
32. መርከብ
33. ዕፀ በለስ
34. ነፋስ
35. አውሮፕላን
36. ሙቀጫ
37. ጃርት

ምዕራፍ 2 "ለ" ዕንቆቅልሽ

38. ለሕይወት ደራሽ፣ ተጋግሮ የሚበላ ኖራ።
39. ለመብል የሚጣደፍ፣ ሆድ አምላኩ ።
40. ለመጠጥ የሚያገለግል ውሃ፣ ከባሕር ማዶ የሚያመላልሱ።
41. ለማታምነው ፊቷ፤ ምራቅ ነው ቅባቷ።
42. ለማገዶ የማይውል ጭራሮ።
43. ለምታምነው ፊቷ፤ ምራቅ ነው ቅባቷ።
44. ለምጣጭ በቆንጣጭ።
45. ለሰልፍስ መልካም ማነው።
46. ለሰው ልጅ የምህንድስና ቴክኖሎጂ ያስተማረች፤ ብቸኛዋ ሚጢጢ ነፍሳት።
47. ለሰው ያስታውቅ ለራሱ አያውቅ።።
48. ለሰውስ መልካም ማነው።
49. ለራሱ ሳይቀምስ፤ የቈረሰውን ያጕርሥ።
50. ለአንዴም የማትለይ የቃል ኪዳን ሐውልት።

51. ለዐይን ያማረ፤ ለጉሮሮ የመረረ።
52. ለወገብስ መልካም ማነው።
53. ለወፍጮ መጥኖ የሚሰጥ፤ እህል አቅፎ የሚያስዳምጥ።
54. ለጥቁር ሕዝብ እኩልነትና ፍትህ በሮቢን ደሴት አሳር፣ ፈተና ያየና ብሩህ ፋና ያሳየ፤ ደቡብ አፍሪካዊ መሪ።
55. ለፍቅር እንጀራ ጋገራ፣ ከውሃ ውስጥ ኾና የምትጣራ።
56. ሊሰርቅ ሲመጣ በስውር፤ ሰርቆ ሲወጣ በግርግር።
57. ላሜ ትተኛለች እንጂ አትቆምም።
58. ላባ የሌለው ወፍ፣ በሰማይ ይከንፍ።
59. ላዩ ልብስ፤ ውስጡ የሚቀመስ።
60. ላዩ ሰርዶ፤ ታቹ ብርንዶ።
61. ላዩ ሰርዶ፤ ውስጡ ብርንዶ።
62. ላዩ በድን፣ ታቹ በድን፣ መካከሉ ነፍስ አድን።
63. ላዩ በድን፣ ታቹ በድን፣ መኻሉ ነፍስ አድን።
64. ላዩ በድን፣ ታቹ በድን፣ መኻሉ ነፍስ አድን።
65. ላይጠቅማት፤ ሸከሙ ባሳት።
66. ላጤ ጋለሞታ፣ እናቷን ትማታ።
67. ሌሊት ሌሊት ቢያንጋጥጡ፣ ጅራታም ድመቶች ከሰማይ አያጡ።
68. ሌሊት ሌሊት እናቅፈዋለን፤ ቀን ቀን እናስጌጠዋለን።
69. ሌሊት ሌሊት ወደ ሰማይ ቢያንጋጥጡ፤ ጅራታም ድመቶች ከሰማይ አያጡ።
70. ሌሊት ቆማ ታድር፤ ቀን ተኝታ ትውል።
71. ሌሊት ተሸልማ፣ ቀን የምትራቆት።
72. ሌላ ሰው የሠራውን መብላት ይወዳሉ።
73. ልሙ ወደ ኋላ፣ ጥሬው ወደፊት።

74. ልስልሱ ዘንዶ፣ አንገት አንቆ፤ ከደረት ተጣብቆ።

75. ልብስ ደራርቦና ታዝሎ፣ የሚዝናና።

76. ልብስ ደራርቦና ታዝሎ የሚዝናና ሽማግሌ።

77. ልብስም ጉርሥም።

78. ልጄ ካልመጣ የያዝኩትን አልለቅም።

79. ልጅ ወልዳ የማትስም እንስት።

80. ልጅቱ ልውጣ ልውጣ፤ እናቲቱ ቅሪ ቅሪ።

81. ልጅቷ ብቅ ጥልቅ፤ እናትየዋ ቆማ ድርቅ።

82. ልጆቼ በዙብኝ፤ ሊጡ ቀጠነብኝ።

83. ልጆቿን አቅፋ ብርድ የምታስመታ።

ምዕራፍ 2 "ለ" የዕንቆቅልሽ መልስ

38. ሊጥ
39. ስግብግብ ሰው
40. የነዳጅ ቦቴ መኪና
41. ድመት
42. ጸጉር
43. ድመት
44. እሳትና ጉጠት
45. ባሩድና አረር
46. ሽረሪት
47. አውራ ዶሮ
48. አገር
49. እጅ
50. ቀለበት
51. እሬት
52. ዝናር
53. ቋት
54. ኒልሰን ማንዴላ
55. ዕንቁራሪት
56. ሞት
57. ቁርበት
58. አውሮፕላን
59. በግ
60. ቀይ ሽንኩርት
61. ቀይ ሽንኩርት
62. ሰማይ፣ ምድር፣ ኢየሱስ ክርስቶስ
63. አከንባሎ፣ ምጣድ፣ እንጀራ
64. ድፎ ዳቦ
65. የፍየል ጅራት
66. ዘነዘና
67. ከዋክብት
68. ትራስ፣ መከዳ
69. ከዋክብት
70. ገመድ፣ ጠፍር

71. ሰማይ በከዋክብት
72. ሰነፎች
73. ጥጥ
74. ከረባት
75. በቆሎ
76. በቆሎ
77. በግ
78. ጓጉንቸር ከነቁልፉ
79. በቅሎ
80. መጅና ወፍጮ
81. ዘነዘናና ሙቀጫ
82. ሰማይ
83. ፍሪጅ

ምዕራፍ 3 "መ" ዕንቆቅልሽ

84. መልበስ ለብሻለኹ፤ እራሴ ዘልቆ ማርያ ሆኛለኹ።
85. መልኩ የወተት፤ ግብሩ የለብላቢነት።
86. መልካም ቈንጆ ቤት፣ በር የሌላት።
87. መሰላል እያለበት ሰው እማይወጣበት።
88. መሰላል እያለበት ሰው የማይወጣበት።
89. መሶብን የምትመስል፤ መሶብን የማታኽል።
90. መራብ መጥገቡ፤ በዱላ ተነርቶ የሚፈተሽ ጥቁር ቀለበት።
91. መሬት ለመሬት በአረንጓዴ ገመድ ላይ የሚሳብ አረንጓዴ ጡት።
92. መሬት ወድቆ የማይነሳ ነጭ እብነ በረድ።
93. መርዛማ ውሃ ውሥጥ ተነክሮ፣ የሚወላገድ ሮቦት።
94. መቋጠርያ የሌለው ስልቻ።
95. መታረዝ ምንድር ነው።
96. መች አሰርኩና ይፍታህ መባሉ፤ ሌላው አስሮ በእኔ መላከኩ ያለው ማነው?
97. መነኩሴ መጡ ከገዳም፤ ሣር እየበሉ እንደላም፤ ውሃ ቢሰጧቸው ተግ አለ ነፍሳቸው።

98. መንታ ባላ፣ የሚጣበቅ ከሰው ገላ።
99. መንገድ ላይ ቁጭ ብላ ሸንኩርት የምትከትፍ።
100. መንገድ ዳር ተኮፍሳ፤ ትንፋሽ የምታቀብል አንበሳ።
101. መካሪ ሳጥን።
102. መዝጊያ የሌላቸው ኹለት ቱቦዎች፤ ከከፍተኛ ቦታ ውሃ አመንጪዎች።
103. መግል አኩርቶ፣ የሚፈነዳ ብጉንጅ።
104. መግባቱንስ ገብቻለኹ፤ ቂጤን ግን ለጅብ ሰጥቻለኹ።
105. መጥለሙንስ ጠልመሻል፤ ለወፍ ማርያ ብቅ ብለሻል።
106. መጭ መጭ ቢሏት አይወጡባት።
107. ሙሽራ ሙሽሪትን አጃቢዎች፣ በቅርብ ኾነው ልብስ አልባሾች።
108. ሚሊዮኖች ይወዱኛል፤ ሦስቱ ለዱላ ያቀርቡኛል፤ ሐያ ኹለቱ ይጠልዙኛል፤ እኔ ማን ነኝ?
109. ሚሚዬን ከወገቤ ሸጉጬ እሹሩሩ ስላት፤ ለካስ ሚሚ ጉደኛዋ መብረቋ ናት።
110. ማሕፀን ሳይኖራት፤ ወንድ ሳይጠጋት፤ ወልዳ የምትሰጥ የንዋይ እናት።
111. ማሙሽ ጠርቶ ቤት አስገብቶኝ ምንም ምግብ ሳይሰጠኝ ለምትከንፍ ጎጆው ኪራይ አስከፈለኝ።
112. ማሳው ነጭ፣ ዘሩ ጥቁር።
113. ማሳው ነጭ፣ ዘሩ ጥቁር፣ የሚለቀመው በአፍ።
114. ማሳው ጥቁር፣ ዘሩ ነጭ።
115. ማዶ ተራራ ላይ ኹለት ምጣድ ተደግፎ።
116. ሜዳውን ጨርሶ ወንዝ የማይሻገር።
117. ምላሱን ማውጣት የማይችል የባሕር እንሽላሊት።
118. ምላስ የሌላት፤ መጋዧ ሹል፤ ሸካራ ቄዳዋ ሰውን

የሚያቆስል።

119. ምርቱ ቀይ፣ ዱቄቱ ነጭ።

120. ምን ቢተልቅባት፤ ሽከሙ አይከብዳትም።

121. ምን ቢወደኢት፤ አይታቀፏት።

122. ምን ቢወደኢት፤ ከማገር አይሸጧት።

123. ምን ቢወደኢት፤ ከጣራ አያስቀምጧት።

124. ምን ቢወደኢት፤ ወንዝ አያሻግሯት።

125. ምን ቢወደኢት፤ የእናትን ሆድ አይከፍቷት።

126. ምን ቢያምኗት፤ ግርግዳ ውስጥ አይሸጉጧት።

127. ምን ቢያረጅ፤ አይሸመግል።

128. ምን ቢጠሏት፤ ከኪስ ያስቀምጧት።

129. ምን የላት፤ ምን የላት፤ አፍንጫ ብቻ አላት።

130. ምንም ቢኾን፤ ነፋስ አንጋሎ የማይወስደው ትልቁ ሮቦት።

131. ምንም ቢመጧት፤ በከንፈር ቢያቈላምጧት፤ አላምጠው የማይውጧት።

132. ምንም ቢረዝም፤ ለኤሌክትሪክ ሽቦ የማይኾን ኮንዱት።

133. ምንም ቢቀጥሉት፤ አብረው ቢጐነጉኑት፤ በአናት ቢያኖሩት፤ ባዳነቱን አይረሱት።

134. ምንም ቢወደኢት፤ በዋስ የማያስፈቷት።

135. ምንም ቢፈሩት፤ ሸሽተው የማያመልጡት።

136. ምንም ባይወዱኝ፤ ገድለው አሸተቱኝ።

137. ምንም ብወዳት፤ ይዤያት አልዞርም።

138. ምንም ተዋደው ቢፋቀሩ፤ ልብ ለልብ ፍጹም የማይጠሩ።

139. ምንም ከወገብ ቢሸጡት፤ ኪኒን ኾኖ የማይውጡት።

140. ምንም ከወገብ ቢሸጡት፣ ኪኒን ኾኖ የማይውጡት።

141. ምንም ወደው ከለላ ቢያደርጉት ሌሊት ለብርድ አይለብሱት።

142. ምንም ወገን ለይተው ሊወስዱኝ ቢታገሉም፤ የማታ የማታ ከመቀመጫዬ ብድግ አድርገው የሚስሙኝ የበረቱ ናቸው።
143. ምንም የማይሸጥ ገበያተኛ፤ ምንም ሳይገዛ ደስተኛ፤ ምንም ሳይሞትበት ለቀስተኛ፤ የድቡልቡል ቈዳ ኳስ እድምተኛ።
144. ምንም ጡንቻው ቢፈረጥም፤ ሰማይን ጎትቶ ማውረድ አይችልም።
145. ምድር ላይ በረሰሰ ጊዜ ኹሉን አብቅሎ ምግብና ልብስ ይኾናል።
146. ምድር ላይ ያለ ሰማይ፤ በእግር ተሞክሮ ተሞክሮ የማይታይ።
147. ምግብ በልቶ የሚያገሳ፤ አጓርቶ አንባርቆ የሚፈሳ።
148. ምግብ አጥግበው ቢያስተኙት ሀገር የሚያካልል፤ ተነስቶ ሌሊት ፈረስ ጭኖ የሚጋልብ ደባል።
149. ምግቧ አፈር መላስ ነው።
150. ምግቧ የሚጣፍጥ፤ ጦሯ የሚያሳብጥ።
151. ምግቧን በምላሷ የምታሸት፤ ጣሪያ ለጣሪያ የምትኀተት ፍጥረት።
152. ሞልተውበት ወዲያው ባዶ።
153. ሞቶ የማይቀበር፤ ወድቆ የማይሰበር።
154. ሞቶ የማይቀበር፤ ወድቆ የማይሰበር፤ አባቴ የሰጡኝ ወንበር።
155. ሞንሟና ዘላይት ሐያ ኹለት ጠላት ያላት።

ምዕራፍ 3 "መ" የዕንቆቅልሽ መልስ

84. ምስሶ
85. ቅንጭብ፣ ቁልቋል፣ የቁልቋል ውሃ፣ የቁልቋል፣ የቅንጭብ ደም
86. እንቁላል
87. የማሽላ የበቆሎ የሸንኮራ አገዳ

88. ማሽላ
89. ሙዳይ
90. ጎማ
91. ዱባ
92. እንቁላል
93. ሰካራም
94. ቂጥ
95. ተሹሞ መሻር
96. ዕድሜ
97. እሳት
98. ሱሪ
99. እንቅፋት
100. ጎሚስታ
101. ራዲዮ
102. የአፍንጫ ቀዳዳዎች
103. እሳተ ገሞራ
104. የበር መዝጊያ
105. ምሰሶ
106. መጭ /የአረም ስም/
107. ሚዜዎች
108. የእግር ኳስ
109. ሽጉጥ
110. ባንክ
111. ታክስና ረዳት
112. ወረቀትና ጽሑፍ
113. ወረቀት፣ ቀለም፣ ንባብ
114. ጥቁር ሰሌዳ፣ የቾክ ጽሑፍ
115. ጆሮ
116. ጉንዳን፣ ጥጥ
117. ዐሣ
118. አዞ
119. ዘንጋዳ
120. ቀንድ
121. እሳት
122. እሳት
123. እሳት
124. ቤት
125. መቃብር
126. እሳት
127. ሆድ
128. መሃረብ
129. ሽንብራ
130. ሰው
131. ማስቲካ
132. አንጀት
133. ዊግ
134. ሕይወት
135. ሞት
136. ትኳን
137. መኖሪያ ቤቴ
138. ጣውንታሞች
139. የሽጉጥ ጥይት
140. ጥይት
141. ድንኳን
142. የውድድር ዋንጫ
143. የእግር ኳስ ተመልካች
144. ክሬን (ሽበል)
145. ውሃ
146. ባሕር
147. መኪና
148. ሐሳብ
149. መጥረጊያ
150. ንብ
151. እንሽላሊት

152. ሆድ
153. ስም
154. ስም፣ ምክር
155. እግር ኳስ

ምዕራፍ 4 "ሠ፥ ሰ" ዕንቆቅልሽ

156. ሰላም ሲጠፋ፤ ሕግ ሲጣስ፤ ሥርአት አስይዞ፤ መክሮ የሚመልስ፤ የሰላም ዳኛ ማነው።
157. ሰላምታ የማትሰጥ ሲገዟት፤ ምጣድ ላይ ስትኾን ምን አንተከተካት።
158. ሰባራ ገል በገደል ሥር።
159. ሰብሳቢስ ማነው።
160. ሰንበሌጥ ሣር ውስጥ፣ ኹለት ቀጭን ሹል ዘንጎችን ይዞ የሚዞር ፍየል።
161. ሰዐት የለው፤ ሰዐት ያውቃል።
162. ሰዋራ ቦታ ተደብቃ፤ በክር ተብትባ የምታጠቃ።
163. ሰው መሳይ፣ ተሰቃይ።
164. ሰው ሳይቀምስ፣ የምትቀምስ።
165. ሰው አብዝቶ ቢወስደው፣ ችግር የማይፈጥር።
166. ሰው ፈረሱ፣ ገመድ ልጓሙ።
167. ሰው ፈረሱ፣ ጠፍር ልጓሙ።
168. ሰውነትም አጥንትም የለውም ግን ጣቶች አሉት።
169. ሰይጣንስ አዳሩና ውሎው ከማን ጋራ ነው።
170. ሰጥቶ ሰጠኹ የማይል ለጋስ።
171. ሰፊ ጭልፋ፣ አፈር የሚገፋ።
172. ሰፌድ ሙሉ ቆሎ፣ እጅ ከአብሸሎ።
173. ሲኼድ ማማሩ፤ ላያምር ትዳሩ።
174. ሲኼድ ሲኼድ ውሎ፤ እራቱ ጥፊ።

175. ሲኼድ ሺ ገዳይ፤ ሲመለስ ሺ ገዳይ።
176. ሲኼድ በፈረስ፤ ሲመለስ በፈረስ።
177. ሲኼድ ቢውል የማይደክመው።
178. ሲኼድ ውሎ፤ ሲኼድ ቢያድር የማይደክመው።
179. ሲኼድ ውሎ፤ ሲኼድ ቢያድር የማይደክም።
180. ሲኼድ ውሎ፤ ሲኼድ የሚያድር።
181. ሲኼድ ውሎ፤ ሲኼድ ያድር።
182. ሲኼድ የሚኖር የማይደክም።
183. ሲኼድ የማይሰናከል፤ ተንጠልጥሎ የማይወድቅ።
184. ሲኼድም ሲመለስም የሚበላ ባለ ብዙ ጥርስ፤ ጫካ ገብቶ ዛፍ የሚገነድስ።
185. ሲመሽ ወደ ውጪ፤ ሲነጋ ወደ ቤት።
186. ሲመሽ ይሰበስቡኛል፤ ሲነጋ ይጥሉኛል።
187. ሲሰማራ ከኹሉ አስቀድሞ፤ ሲገባ ከኹሉ ዘግይቶ።
188. ሲሰጧት ትበላ እንጂ ውሃ የማትጠጣ።
189. ሲስቡት የሚያጥር።
190. ሲቀመጥ ረጅም፤ ሲቆም አጭር።
191. ሲቃጠል የሚሥቅ።
192. ሲቆም በኹለት እግሩ፤ ሲኼድ በስድስት እግሩ።
193. ሲበላ ጣዕሙ የሚያስደስት፤ ሲወጣ ቆንሶ መሽተት።
194. ሲበዛ ወረቀት፤ ሲያንስ ብረት።
195. ሲተኛ ረጅም፤ ሲቆም አጭር።
196. ሲተኛ እንደ ሬሳ፤ ሲጮኽ እንደ አንበሳ።
197. ሲከተል ውሎ፤ እቤት ሲደርስ የሚከዳ።
198. ሲከድኑት ኑግ፤ ሲከፍቱት ሱፍ።
199. ሲወለድ የለበሰውን ሲሞት አወለቀው።

200. ሲወለድ ይጠቁር፤ ሲያርጅ ይቀላ።
201. ሲወጋ እንጂ ሲወረወር የማይታይ።
202. ሲወጡ የሚገባ፤ ሲገቡ የሚወጣ።
203. ሲዘረጉ ይበላለጣሉ፤ ሲጨበጡ እኩል ይኾናሉ።
204. ሲያርስ ውሎ ጭቃ የማይነካው።
205. ሲያርስ ውሎ ጭቃ የማይነካው ማረሻ።
206. ሲያርፍ እንደ ሬሳ፤ ሲጮኽ እንደ አንበሳ።
207. ሲያወልቅ ልብሱን፣ ጠረኑ ከሩቅ የሚጣራ።
208. ሲያዩዋት ትንሽ፤ ስትበላ ተናካሽ።
209. ሲይዟት ጭብጥ ሙሉ፤ ሲለቋት ሜዳ ሙሉ።
210. ሲደበድቡት የማያለቅስ፤ ሳይደበድቡት የሚያለቅስ።
211. ሲጀመር በኹለት እግር፤ በመቀጠልም በኹለት እግር፤ በመጨረሻም በሦስት እግር።
212. ሲገዙት ጥቁር፤ ሲጠቀሙት ቀይ፤ ሲጥሉት ግራጫ።
213. ሲጠሉት ያከብር።
214. ሲጫን የሚቀለው፤ ሲራገፍ የሚከብደው።
215. ሳሎን ተጎልታ የምታቀልጥ እልልታ።
216. ሳመጣው ጥቁር፤ ሳነደው ቀይ፤ ስጥለው ነጭ።
217. ሣር ለባብሶ ጉብ እንደንጉሥ።
218. ሳሸው ጭራሽ ለሰለሰልኝ፤ ሳሸተው መአዛው አወደኝ፤ ስስመው ደሙ ኮመጠጠኝ።
219. ሳብ ሲያደርጉኝ አረር የማፈናጥር አቀጣጣይ።
220. ሳትበላው ታላምጠው፤ ሳትፈትለው ትለብሰው፤ ሳትወልድ ታዝለው።
221. ሳናየው የሰማነው አስተማሪ።
222. ሳንወደው የሚወደን።

223. ሳያበሉት የጠገበ፤ አብልተውት የተራበ።
224. ሳይሰቅሉት የተሰቀለ፤ ሳያጥቡት የታጠበ።
225. ሳይወልዱት እሹሩሩ።
226. ሳይጠይቁኝ የምሰጠው፤ ሳልወርስ የምወስደው፤ሳልጠይቅ የማካፍለው፤ ሳላስር የምይዘው።
227. ሴቶች ጉድ አፈሉ፤ ነፃ አውጪ ፈጠሩ።
228. ሴቷ ወንድ የምትኾነው መቼ ነው።
229. ስኼድ ስኼድ ውዬ፤ አንድ አሞሌ ጥዬ።
230. ስኼድ ትኼዳለች፤ ስቆም ትቆማለች።
231. ስኼድ አገኘኋት፤ ስመለስ አጣኋት።
232. ስኼድ ይኼዳል፤ ስቆም ይቆማል።
233. ስኼድ ይኼዳል፤ ስቆም ይቆማል፤ ስተኛ አፉን ከፍቶ ይተኛል።
234. ሥሩ አንድ፣ አጽቆቹ አሥራ ኹለት፣ ፍሬዎቹ ሠላሳ።
235. ሥሩ ወደ ላይ፣ ጫፉ ወደ ታች።
236. ሥራው ግብስብስ፤ አቀማመጡ እንደ ንጉሥ።
237. ስታበላ እንደ እናት፤ ስትቆናጠጥ እንደ እንጀራ እናት።
238. ስታበላ እንደ እናት፤ ስትቆጣ እንደ እንጀራ እናት።
239. ስታበላ እንደ እናት፤ ስትጣላ እንደ ጠላት።
240. ስትኼድ አራት ኹና፤ ስትመለስ ዐምስት ኹና።
241. ስትኼድ ወለተ ሚካኤል፤ ስትመለስ ራስ ሚካኤል።
242. ስትኼድ ውላ፤ ጭራሮዋን ዘግታ ትተኛ።
243. ስትኼድ የማትሰናከል፤ ተንጠልጥላ የማትወድቅ።
244. ስትቀመጥ የተዳፈነች እሳት፤ ስትቀጣጠል የቋያ እሳት።
245. ስትቈረጥ ነጭ ደም የሚወጣት።
246. ስትኖር እናት፤ ስትሞት አባት።

247. ስትወለድ ትወደድ፤ ስትንብዝ ትጠላ።

248. ስትወልድ ከባትዋ ረጅም ነች፤ ስትጐረምስ ታጥራለች፤ ስታረጅ ደግሞ ትረዝማለች።

249. ስትወረወር ነጭ፤ ስትወድቅ ቢጫ።

250. ሥያሜ ሳያጡ ከምድራቸው ምነው ተበላ ማለታቸው።

251. ስያሜ ሳያጡ ከምድራቸው፤ ተበላ ምነው ማለታቸው።

252. ስያሜ የተሰጣት የንግሥትነት፣ የሃበሻው ሀገር ትዝታ እመቤት ማነች።

253. ሥጋ በጭንቅላቱ፣ ወፍጮ በደረቱ።

254. ስጠራው ቶሎ አስተጋብቶኝ፤ ላየው ስጠጋ ተሰወረብኝ።

255. ሦስተኛውን የአፍሪካ ዋንጫ ያገኘች ሀገር አሳይታ ብልጫ።

256. ሦስት ሰዎች ድልድይ ይሻገራሉ፤ አንዱ መራመድም ማየትም አይችልም፤ ሌላኛው መራመድና ማየት ይችላል፤ የመጨረሻው ማየት ብቻ ይችላል።

257. ሦስት ቀለበት ስታይ ተጣብቆ፤ ምን አሣቃት ሸንበቆ።

258. ሦስት ቡድኖች ተነባብረው፤ የጋራ ቤት መሥርተው።

259. ሦስት ዐይን አላት፤ ነፍስ የላት።

260. ሦስት እግረኛ፣ ሺ ፈረሰኛ።

261. ሦስት ወዳጅ ከደጅ ያድር፤ ሦስቱ ወዳጆች ማን ናቸው።

262. ሦስት ጣቶች ወደ ሰማይ ዘርተው ምርት የሚቀልቡ መሬት ላይ ኾነው።

ምዕራፍ 4 "ሠ፥ ሰ" የዕንቆቅልሽ መልስ

156. ፖሊስ
157. ፈንድሻ
158. ጆሮ
159. መቃብር
160. ሳላ
161. ዶሮ
162. ሽረሪት
163. ፎቶግራፍ

164. ማማሰያ
165. ማንበብ
166. እንስራ፣ ፕላስቲክ ~
167. ማድጋ፣ ገንቦ
168. ጓንት
169. ከልበ ጠማማና ከዕቡይ ሰው ጋራ
170. የእርሻ ቦታ፣ እርሻ
171. አካፋ
172. ኮከብ
173. እሬሳ
174. ወንፊት
175. የወፍጮ መጅ፣ ወፍጮ
176. እንስራ
177. ወንዝ
178. ወንዝ
179. ጐርፍ
180. ውሃ
181. ወራጅ ውሃ
182. ዘመን
183. ፀሐይ
184. መጋዝ
185. የበር መዝጊያ
186. የሌሊት ልብስ
187. ዳጉሳ
188. እሳት
189. ሲጃራ
190. ውሻ
191. ማገዶ
192. ጋሪና ፈረስ፣ የጋሪ እቃ
193. ምግብና ዐይነ ምድር
194. ገንዘብ፣ ብር
195. ውሻ
196. ጠመንጃ፣ ሽጉጥ፣ ከበሮ
197. ጥላ
198. ዐይን
199. ባሕርይ፣ ጠባይ
200. በርበሬ
201. መርገም
202. የከብት ቀንድ
203. የእጅ ጣቶች
204. መርፌ
205. መርፌ
206. ነፍጥ
207. ነጭ ሽንኩርት
208. ቁንጫ
209. ዐይን
210. እድሞ
211. ልጅነት ወጣትነት ሽምግልና
212. ከሰል
213. ክረምት
214. ሆድ
215. ስልክ
216. ከሰል
217. መሶብ
218. ሎሚ
219. የጦር መሣሪያ ምላጭ
220. በቅሎ
221. ራዲዮ
222. ጌታ
223. መቃብር
224. ዕንኮይ
225. እንስራ

226. ፍቅር
227. የሴት ዕድር፣ የሴት ማህበር
228. ስትሞት
229. ስገራ
230. ጥላ
231. ጤዛ
232. ጥላ
233. ጫማ
234. አንድ ዓመት
235. ጅራት፣ የላም ጅራት
236. መሶብ፣ ሌማት
237. ንብ
238. ንብ
239. ንብ
240. እንስራ፣ ሴት፣ ጠፍር፣ መቅጃ፣ ውሃ
241. ዶሮ
242. ዐይን
243. ፀሐይ
244. ጥይት
245. ፌንጣ
246. ሴት አስከሬን
247. ፀሐይ
248. ጥላ
249. እንቁላል (ክብሪት ስትለኮስ ነጭ ከተለኮሰች በኋላ ደግሞ እሳቷ ቢጫ)
250. በሶብላ
251. በሶብላ
252. አርቲስት በዛ ወርቅ
253. አውራ ዶሮ
254. ገደል ማሚቶ
255. ኢትዮጵያ
256. እርጉዝ እናት ልጅ ታቅፋ
257. ሸ በ ቆ (ሆሄ) ሳቀች
258. ሐውልት፣ ሬሳና መቃብር
259. ምላጭ
260. ጉልቻ እና ሸሮ እየፈላ
261. ከብት፣ እህል፣ ውሻ
262. መንሽ

ምዕራፍ 5 "ረ" ዕንቆቅልሽ

263. ረኃብ ውሎውና አዳሩ ከማነው።
264. ረጅሙ ዘንዶ፣ በሆዱ ውሃ አዝሎ።
265. ረጅሙን መቀነት እንስሳት ታጠቁት።
266. ረጅም መርዛማ ሐረግ እዛፍ ላይ ተንጠልጥሎ።
267. ረጅም መቀነት፣ አሰቡት ደራሽ።
268. ረጅም ሰው፣ ጥላ የሌለው።

269. ረጅም ዘንግ፣ የአህያ ሆድ የማይደርስበት።

270. ሩቅ ኾነው ሲመለከቱት፤ ጨለማ ቅርብ ኾነው ሲያዩት ብርሃን።

271. ራስ አለው፤ እጅ አለው፤ አጥንት የለው፤ እግር የለው።

272. ራስ አለው ግን አያስብም።

ምዕራፍ 5 "ረ" የዕንቆቅልሽ መልስ

263. ሥራ ከማይወድ ከኩሩ ሰው ጋራ ነው

264. የውሃ ቧንቧ

265. መጫኛ

266. እባብ

267. መንገድ

268. መንገድ

269. ጐዳና

270. ጉም

271. ሽሚዝ

272. ክብሪት

ምዕራፍ 6 "ሸ" ዕንቆቅልሽ

273. ሸሚዙ አረንጓዴ ቀይ ቢጫ፣ ሰውን በሆድ እያዘለ የሚያንጫጫ።

274. ሺ ተቀሚዎች፤ ኹለት ቀሚዎች።

275. ሺ ዐይን አለው፤ አጥንት የለው።

276. ሺ ዐይን አለው ግን አጥንት የለውም።

277. ሻሽ አሥራ የዘነጠች፤ የእማማ እንግዳ ጓዳ ተሹማ፤ የሆዷ ጩኸት መከራ።

278. ሸርከቱ ወደ ፊት፣ ልሙ ወደ ኋላ።

ምዕራፍ 6 "ሸ" የዕንቆቅልሽ መልስ

273. አንበሳ አውቶቡስ
274. እህል ወፍጮና መጅ
275. እንጀራ
276. ዐይን
277. ጠላ የያዘ ጋን
278. ጥጥ ሲዳመጥ

ምዕራፍ 7 "ቀ" ዕንቆቅልሽ

279. ቀን ቀን አይጠጋም፤ ማታ ማታ አብሮ ይጋደም።
280. ቀን ቀን ክብር ስጡኝ፤ መሸትሸት ሲል ተከመሩብኝ።
281. ቀን ቀን የሚተኛ፤ ሌሊት ሌሊት የሚሠራ፤ የማዘጋጃ ቤት ሠራተኛ።
282. ቀን ብርዱ ሲያሰቃየኝ፤ ሌሊት ሙቅ ውሃ አነፈረኝ።
283. ቀን ተሸልማ፤ ሌሊት የምትራቆት።
284. ቀን ተሸልማ፤ ማታ የምትራቆት።
285. ቀን ከሰው በታች ትውል፤ ማታ ከሰው በላይ ታድር።
286. ቀን ወድቆ አንሺ ያጣው፤ ሌሊት ደርሶ ማን አነሣው።
287. ቀን ዝር የማይል ጓደኛ፤ የሚያጫውተኝ ሌሊት ከእኔ ጋር እየተኛ።
288. ቀዝቃዛስ ማነው።
289. ቀይ ልጅ ተሸፍና አፍንጫዋን ገትራ።
290. ቀይ ሙሽራ፣ በነጭ አጥር ታጥራ።
291. ቀይ ምንጣፍ ላይ ነጫጭ ቄሶች።
292. ቀይ ሴትዮ፣ ነጭ ለብሳ።
293. ቀይ ሸንጥ፣ ዋሻ ውስጥ የሚራወጥ።

294. ቀይ በሬ የተኛበት ሣር አያበቅልም።
295. ቀይ ትል፣ ዛፍ ላይ ትሰቅል።
296. ቀይ ኮበሌ፣ ሲቀርቡት ይጋረፍ።
297. ቀይ ኮበሌ፣ ራስ ድምድም።
298. ቀይ ውሻ፣ በንጉሽጉሻ።
299. ቀይ ዘንዶ፣ በዋሻ ውስጥ ተጋድሞ።
300. ቀይ ጅረት፣ በትናንሽ ቱቦዎች የሚከላወስ።
301. ቀይ ጡት የሚበላው፤ ቁልቁል መሬት የሚበሳው።
302. ቀጫጭን ልጆች፣ ከመሬት ውሃ ስበው የሚያጠጡ ለእናት።
303. ቀጭን ስንጥር፣ በስታ የምትሰረሥር።
304. ቀጭን ነኝ፤ እሳት በሆዴ ያዘልኩኝ፤ እኔ ማን ነኝ።
305. ቀጭን ጠፍር፣ አገሩን ኹሉ ትጠፍር።
306. ቀጭን ጥለት፣ የሚገኝ ከእንስሳት።
307. ቀጭንነቱ ሳይበግረኝ ትልቁን ድንጋይ ፈነከትኩኝ።
308. ቁልሉ ተራራ የበሬው፣ ከጠላት ጡጫ አያድነው።
309. ቁርንጮዋን ታጥቃ ፈንደል ገላ የምትል።
310. ቁጭ ሲል እንደ አንበሳ፣ ጥርሱ መቶ ሰላሳ።
311. ቄላ ደጋ ብሎ ሰብስቦ ነጋዴ፤ እሳት ሙግድ ይዞ ወሰደው ወንበዴ።
312. ቄርጦ ለመጣል ይፈራሉ፤ በትርፍነቱ ኹሌ ይዘባበታሉ።
313. ቄዳዋ የቂልነት፣ አካሄዷ የብልጠት።
314. ቆመጡ ከሱቅ የተገዛው፤ እሳት ጭንቅላቱን ቢነካው፤ በቁሙ አልቅሶ ሽንቱን ለቀቀው።
315. ቆሞ ያየኛል፤ አያናግረኝም።
316. ቆቤን ካላወለቁ፤ ጉሩንቦዬን ካላነቁ፤ እራሴን ካልዘቀዘቁ፤ የዓለምን ታሪክ አልናገርም።

317. ቆፍጣና የሴት ፍልቅልቅ ኢትዮጵያዊት፣ የአሥር ሺህ ሜትር እመቤት፣ በምድረ ባርሴሎና ያኮራችን እንስት።

ምዕራፍ 7 "ቀ" የዕንቆቅልሽ መልስ

279. ሕልም
280. ዐልጋ
281. ጅብ
282. ፖፖ
283. ገበያ
284. ገበያ
285. ዶሮ
286. ጥንብና ጅብ
287. ሕልም
288. በረዶ
289. ሽንብራ
290. ምላስ
291. ጥርስ
292. የተዳፈነ እሳት
293. ምላስ
294. በእሳት የተቃጠለ ጸጉር/ ቀዩ በሬ እሳት፣ ሳሩ ጸጉር
295. ቀጋ
296. በርበሬ
297. የቀጋ ፍሬ
298. ተልባ
299. ምላስ
300. ደምና ስሮች
301. ካሮት
302. ስሮች
303. መርፌ
304. የኤሌክትሪክ ሽቦ
305. እንቅልፍ
306. ጅማት
307. ድጅኖ
308. ሻኛ
309. ወተት የሚናጥባት እንስራ
310. እሬት
311. ንብ እና ንብ ቆራጭ
312. ቂጥ
313. ኤሊ
314. ሻማ
315. ሐውልት
316. እስክሪብቶ
317. ደራርቱ ቱሉ

ምዕራፍ 8 "በ" ዕንቆቅልሽ

318. በ “ጨ” ኹለት ሳብኦች የሚያልቅ፣ ነጭ ጸበል የሚያዝል ያሸበረቀ በዛጎል።
319. በጎምሳ መጫኛ ተለብዳ፤ እሷም አብዳ ሰውም አሳብዳ።
320. በኹለት ሆሄ የተዋቀረ፤ አጥሚቱ ሲጠግን የኖረ የገብስ ዘር።
321. በኹለት ወገን የሾለ አንካሴ፤ ያጸዳ ጀመር ገብቶ ከጥርሴ።
322. በሕይወቱ ሳለ ያበደ፤ ከሞተ በኋላ የቀሰሰ።
323. በሕይወት እስካሉ የማይተዉት።
324. በሆዱ ረመጥ ጭኖ፤ ሜዳ የሚያስተካክል።
325. በሆዷ አርግዛ፤ በወገቧ ትኼድ።
326. በኋላ ተወልዶ፣ ከታላቁ በለጠ።
327. በኋላ ተወልዶ፣ ከታላቁ የላቀ።
328. በላይ ገደል፣ ከታች ገደል፣ በመኻል ቀይ ቀለብላባ ጊደር።
329. በሌሊት ሀገር የማይበቃት፤ በቀን አመልማሎ የሚውጣት፤ ደካማ የሴት እመቤት።
330. በልታ ጠጥታ ያልታደለች፤ እገበታዋ ላይ አስመለሰች።
331. በልታ ጠጥታ ያልታደለች፤ እገበታዋ ላይ ያስመለሰች።
332. በልቶ በልቶ የሚነጣ።
333. በልቶ የማይጠግብ፤ ያገኘውን የሚውጥ።
334. በልቶ የበላውን የሚረሳ።
335. በመስተዋት በር ተከፋፍሎ ያማረው፤ ሳሎን ቆሞ እቃ ተሸካሚው።
336. በመሬት ሕይወት ዓልባ እጅ እግር የሌለው፤ በባሕር ትንሽ ራኬት የሚያሾረው።
337. በመጋረጃ ላይ የሚንከላወስ እህል የማይሰጡት የሚደንስ።
338. በሜዳ ዐምስት አገዳ።

339. በምሥር የተቆዘረ ሆድ።

340. በምንም የማትለወጥ የእናቶች እናት፣ የሕይወት ዋስትና
የአባቶች አባት።

341. በሰማይ ኮርኒስ ላይ የተለጠፉ፣ ብርሃን ሰጪ ሳንቲሞች።

342. በሰው ጀርባ ቁጭ፣ ወዲያው ቦጭ! ቦጭ!

343. በሰው ፊት ያመለጠች፤ ፊቷን ብታይ ደነገጠች።

344. በሱፍ ልብስ የተጠቀለለ፣ ሕይወት ያለው ሥጋ።

345. በሳብዕ ሆሄ ተጀምሮ፤ በሳብዕ የሚያልቅ፤ እመኻላቸው
የሚሰንቅ፤ የውበት መገለጫ፤ ገልጦ ማረጋገጫ።

346. በስሙ ተጠርቶ፤ በስሙ የሚሞት።

347. በሦስት እግሩ ቆሞ የሚፈነጥዝ።

348. በሬ ይዞት የሚኖር፣ ለቁርበቱ ማልፊያ የሚያገለግል።

349. በር የሌላት ጎጆ።

350. በሯን ዘግታ የምታጨበጭብ።

351. በሸክም ተይዞ፣ ወንዝ ላይ ነፍስ የሚዘራ።

352. በሽታ የሚፈራው፣ ትልቅ ገዳም።

353. በቂጡ ጐርሦ፣ በአፉ ይተፋ።

354. በቅልጥሙ ቅባቱን ይዞት የሚኖር ።

355. በቅመማ ቅመም ታሽቶ አምሮ በገመድ ላይ የሚሰጣ
መቀነት።

356. በቅርጫት ኳስ የተባሉ አንቱ፣ ለዓለም ጥበብን ያበረከቱ።

357. በባሕር የሚንሸራሸር፤ በመሬት የሚንፈራፈር፤ ምላስ
የሌለው ፍጡር።

358. በቤት ቀጋ፣ በደጅ ዐልጋ።

359. በቤት ዝምታ፤ በዱር ዋይዋይታ።

360. በተራራ፣ ነጭ ፍየል አተርትራ።

361. በተኛበት ኬደች ጥላው፤ ሳይነሣ ቀረ ከዚያው።

362. በተጠቀምንበት ቁጥር እየቀነሰ የማይመጣ ጥበብ።
363. በቱሪስት ሀብት ከአፍሪካ ግንባር ቀደም።
364. በትልቅ መሬት ማሽላ ዘርቼ፤ የሚያላቅመኝ አጥቼ።
365. በትልቅ ዋሻ ውስጥ ያለ ሰፊ መመላለሻ ቀይ መንገድ።
366. በነጩ ሜዳ የሸናኹት፣ ዓለምን ለወጣት።
367. በነጭ ሜዳ ላይ ጥቁር ኳስ።
368. በአሯሯጡ ስልት ተደንቀው፤ የሩጫው ውበት ገርሟቸው፤ ማርሽ ቀያሪ የተባለው።
369. በአንድ ቤት ውስጥ የተከማቹ መምህራን፣ በሰልፍ ተደርድረው የሚኖሩበት ቤት።
370. በአንድ አፍ በልታ በመቶ አፍ የምታራ።
371. በአንድ እግር ቆሞ አንባውን የሚያፈስ።
372. በአንድ ጎሬ ኹለት ወፍጮ እና ሙሬ።
373. በአገልግል እሳት አዝሎ፤ ሰውን የሚገድል አቃጥሎ።
374. በአፉ እየጫረ፤ በእግሩ የሚበላ።
375. በአፉ የማይበላ፤ ሆዱን የሚሞላ።
376. በአፉ ይጠጣል በጆሮው ይሸናል።
377. በአፍላ ጉልበቷ የምትወደድ፤ በጉርምስናዋ የምትጠላ፤ ስታረጅ የምትወደድ።
378. በአፍዋ በልታ በጎኗ የምታራ።
379. በዓለም ታላቅ ዝና ያላት፤ በደቡብ የኢትዮጵያ ጎረቤት በሃራምቤ ስያሜ የሚጠሯት።
380. በእሳት ተቆልታ ያልደበነች፤ ቅርጿን ለውጣ ከአንገት ዋለች።
381. በእሳት ታምሶ፤ በእሳት ተቆልቶ፤ ለውበት የሚውል ክቡር ድንጋይ።
382. በእራሱ ተከፍቶ፣ በእራሱ የሚዘጋ በር።
383. በእቅፋቸው ቤት አስገብተውኝ፤ መሬት በትነው ረገጡኝ።

384. በእንግሊዘኛ ሲጠሩኝ የሌሊት ወፍ ነኝ፤ በዐማርኛ ግን የሰው አካል ነኝ፤ እኔ ማን ነኝ።

385. በእጅ ሳይኖር መዋተት፤ ተራራና ወንዝ ሳያግዱት ኼዶ የሚዘግን የሰውን ሀብት።

386. በእጅ ተዘርቶ፤ በአፍ የሚለቀም።

387. በእጅ ይዘራ፤ በአፍ ይለቀም።

388. በእግሩ ሳይኾን፣ በጭንቅላቱ ተዘቅዘቆ የሚኼድ።

389. በክረምት ወራት፣ በአንዲት ሰዓት፣ ከጉድጓዱ ወጥቶ በክንፉ የሚበር።

390. በክረምት ፉከራው ደርቶ፤ በበጋ አንገቱን ደፍቶ።

391. በወዲህ ተራራ፣ በወዲያ ተራራ፣ መኻሉ ጠይም ፈረስ።

392. በወዲህ ደልጋ አንበሳ፣ በወዲያ ደልጋ አንበሳ፣ በመኻል ደረቅ ሬሳ፣ ከዚያ በላይ መብረቅ።

393. በወጣትነቱ ረጅም፣ ሲያረጅ አጭር ።

394. በዚያ ላይ ያለች ቂጣ፣ አንድ ወገኗ ገማጣ።

395. በዝናብ ኀይል አፈሩ የማይሸረሸር፣ ተራራ ላይ የተሠራ እርከን።

396. በየመንገዱ ተገትሮ ወጡብኝ ብሎ የሚጮኽ አምርሮ።

397. በየቢሮው የሚውል አግባቢ አዞ።

398. በየወሩ እህት ዓለም የምትከፍለው ተፈጥሮ እዳ።

399. በደስታ መከራ የማያገኙት፤ ጮኸው አልቅሰው የሸኙት።

400. በደረቅ በቅሎ፣ በእርጥብ ይታጨድ።

401. በዳ ኖሮ የከተመ፤ ከተማ ኖሮ የገጠረ።

402. በድብቅ ምላጩ ልሶ የሚጠርግ ግሬደር፤ በዕንጨት አንጀት ሥር ኾኖ የሚሾር።

403. በድን አድኖ የሚያነሳ፣ የሆስፒታል ፈጣን አንበሳ።

404. በጀርባው አዝሎ አምጥቶ፤ ጉርጓድ ውስጥ የሚደብቅ ሸንቶ።

405. በጉ ከወደ ኋላው የተሸከመው፤ ከዝንብ ወረርሽኝ አያድነው።
406. በጊቱ ተቀናጣች፣ በእራሴ ላይ ወጣች።
407. በግ ይዞት የሚኖር፣ ለቁርበቱ ማልፊያ የሚያገለግል።
408. በነተራ ሙሉ ጦር።
409. በነታ ሙሉ ጦር።
410. በጠጥና እበት ቤቱን አጣበውት፤ ነጩን ቱቦ ምነው በወተት ሰየሙት።
411. በጨለማ ካልኾነ፣ በብርሃን ልብሷን የማታወልቅ ልጃገረድ።
412. በጨው ታሽቶ አምሮ፤ በገመድ ላይ የሚሰጣ መቀነት።
413. በፀሓይ በቅሎ፤ በውሃ የሚታጨድ።
414. ቡትቶ የለበሰ፣ ሰው ለማኖር የተፈጠረ።
415. ቢኼድ፣ ቢኼድ፣ ሰማይ የማይደርስ።
416. ቢቆም አይታክተው፤ ቢሸከም አይከብደው።
417. ቢበላ የማይጠግብ፣ ያገኘውን ኹሉ የሚቀልብ።
418. ቢበላም ባይበላም ጉብ።
419. ቢበላም ጉብ፤ ባይበላም ጉብ።
420. ቢታሽ ቢታሽ፣ ጭቅቅቱ የማይለቅ።
421. ቢወረወር፣ ወንዝ የማይሻገር።
422. ቢወረውሩት፣ ወንዝ አይሻገር።
423. ቢወረውሩት የማይርቅ።
424. ቢወቅጡት የማይልም።
425. ቢያዩት ቢያፈጡበት፤ አፍሮ የማይደፉ አንገት።
426. ቢጫ ዱቄት፣ በማባያ ውስጥ ገብቶ የሚሰጥ ውበት።
427. ባሕር ላይ የተንጣለለ ነጭ ነጠላ።
428. ባለ አራት እግር ሺ ዐይን አለው።

429. ባለ ካባ ባለ ጭራ የተከበረ ደብተራ።
430. ባለ ግማሽ እምነት ባለ አደራ፤ ግማሹን አኑሮ ግማሹን ይበላ።
431. ባሏን ገድላ የምትፎክር ሴት።
432. ባንዳው ወገናችን ጠላት አዝሎ አስፈጀን።
433. ባዕድ ሀገርን ያልመረጠ ለመኖሪያነት፤ ሀገርን በመስኖና በብርሃን ያደመቀ።
434. ባይኖራት ምሳ ያንን ኹሉ ጅብ መልሳ።
435. ባፈና ባፈና ተብለው የገነነ ስምና ጨዋታ ያላቸው።
436. ቤት ለቤት አዝሎ እፈለጉበት ቦታ የሚያደርስ።
437. ቤቷን ዘግታ የምታጨበጭብ።
438. ቤቷን ዘግታ የምትቦርቅ።
439. ቤቷን ዘግታ የምትጨፍር።
440. ብልኀተኛ ነጋዴን ጉም ለብሶ ይቀሙት።
441. ብርሃን የሚተፉ የቡና ዘነዘና።
442. ብርድ ምንድር ነው።
443. ብትሞላት ክብደት አትጨምርም።
444. ብቻኛ መብረር የምችል አጥቢ እንስሳ ነኝ፤ ማን ነኝ።
445. ብቻኛው ከፍጥረታት፤ በጀርባው መንጋለልን ሲችልበት።
446. ብዙ ቀዳዳዎች አሉት ግን ውኃ መያዝ ይችላል።

ምዕራፍ 8 "በ" የዕንቆቅልሽ መልስ

318. ጮጮ
319. ከበሮ
320. አጃ
321. እስቴኪኒ
322. ፍየል
323. ምግብና መጠጥ/አየር
324. ካውያ
325. የሸማኔ መወርወርያ
326. ቀንድ ከጆሮ
327. ቀንድ

328. ምላስ
329. ጨረቃ
330. ቁንጫ
331. ቁንጫ
332. ወፍጮ
333. ባሕር
334. ሆድ
335. ቢፎ
336. ጀልባ
337. በፊልም ቤት መጋረጃ ላይ የሚንቀሳቀሱ ተዋንያን እራባቸው ተብሎ በስክሪኑ ላይ ማጉረሥ አይቻልም
338. ጣት
339. ሳንቡሳ
340. ሀገር
341. ፀሓይና ጨረቃ
342. የእንስራ ውሃ፣ ጎደሎ እንስራ
343. ዝንጀሮ
344. በግ፣ ፍየል
345. ቄንጃ
346. ኮሶ
347. ወጥ
348. ቅባት፣ ሞራ
349. እንቁላል
350. ሽሮ፣ ፈንድሻ፣ ንፍሮ
351. ጀልባ
352. ሆስፒታል (ሐኪም ቤት)
353. ጠመንጃ
354. በሬ፣ በግ፣ ዶሮ
355. ቋንጣ
356. ሰሜን አሜሪካ
357. ዐሣ
358. ከፉ ሴት፣ሚስት፣ባል/ ከፉ ሰው (ለቤተሰብ፣ ለዘመድ)
359. መጥረቢያ
360. ጥርስ
361. የሰው ነፍስ
362. ዕውቀት
363. ኬንያ
364. ሰማይና ኮከብ
365. ጉሮሮ
366. የብዕር ጠብታ
367. የዐይን ብሌን
368. ሻምበል ምሩጽ ይፍጠር
369. መዝገበ ቃላት
370. ወንፊት
371. ሻማ
372. አፍ፣ጥርስ፣ ምላስ
373. ቺቺ
374. ወረንጦ
375. የተረገዘ፣ ፅንስ
376. ማንቆርቆርያ
377. ፀሓይ
378. ማንቆርቆርያ
379. ኬንያ
380. የአንገት ሃብል
381. ወርቅ
382. ዐይን
383. ጉዝጓዝ
384. ባት
385. ምኞት
386. ንባብ

387. መጽሐፍ
388. የጫማ ሚስማር
389. አሸን
390. ወንዝ
391. ገንፎ በቅቤ
392. በሬ፣ ቀንበር፣ ጅራፍ
393. ሻማ
394. ጨረቃ
395. ሹሩባ
396. የመንገድ ላይ ሚዛን
397. እስቴፐለር
398. የወር አበባ
399. ሚች
400. የእራስ ጸጉር
401. ጥርስ
402. መላጊያ
403. አምቡላንስ
404. የነዳጅ ቦቴ
405. የበግ ላት
406. ከበግ ጸጉር የሚሠራ ኮፍያ
407. ቅባት፣ ሞራ
408. ንብ
409. ንብ
410. የወተት አንጀት
411. ፎቶግራፍ፣ ፊልም
412. ቋንጣ
413. የእራስ ጸጉር
414. እንሰት
415. ወንዝ
416. ምስሶ
417. እሳት
418. መሶብ
419. መሶብ
420. ላጲስ
421. ጥጥ፣ ላባ
422. አመልማሎ
423. ጥጥ
424. ውሃ
425. ፎቶግራፍ
426. እርድ
427. ስልባቦት
428. የሸቦ ዐልጋ
429. በቆሎ
430. መቃብር
431. የንቦች ንግሥት
432. ዛቢያ
433. አዋሽ ወንዝ
434. ውሻ
435. የደቡብ አፍሪካ እግር ኳስ ተጫዋቾች
436. ሊፍት/አሳንሥር
437. ድስት፣ ዶኬ፣ ሽሮ ወጥ
438. ንፍሮ
439. ወጥ ሲፈላ፣ ንፍሮ ሲቀቀል
440. ንብ
441. እጅ ባትሪ
442. የቅናት ነገር
443. ሰዐት
444. የሌሊት ወፍ
445. ሰው
446. ስፖንጅ

ምዕራፍ 9 "ተ" ዕንቆቅልሽ

447. ተለጉሞ ይናፋል።
448. ተሰማ እንደ ጥሩ፤ ተረግጣ እንደ ከፉ።
449. ተራራ ላይ የበቀለ ችፍርግ።
450. ተሸሽጎ ቄዳና ሥጋ የሚሞሸልቅ።
451. ተንቀሳቃሽ ተራራ፣ ሲያዩት የሚያስፈራ።
452. ተኝቶ የሚኼድ፣ ቆሞ የማይራመድ።
453. ተኝቶ የሚኼድ፣ ጥቂት የማይራመድ።
454. ተደብቆ የሚኖር ከአፎቱ፣ በኹለቱም ወገን ባለ ስለት።
455. ተገላጋይ መልካም ማነው።
456. ተገራፊው ዝም ብሷል እህ! እህ! ገራፊው ግን ይጮሃል።
457. ተጌጥ መልካም ማነው።
458. ተጠቃሚው አላየው ከበደኝ ብሎ እንዳይጥለው።
459. ተጭና እህ! እህ! የማትል።
460. ተጭና እህ! እህ! የማትል አህያ።
461. ቲቲና ማም ያጀቡት፣ ማጣፈጫ የሱጎ ወጥ።
462. ታቹ ቅል፣ ላዩ ጭድ።
463. ታችዋ ዘንግ፣ ላይዋ ወርቅ።
464. ታጥቦ የማይሰጣ መሃረብ።
465. ታፍኖ አፉ፤ በእጅ ያጓራል በኹለት አፉ።
466. ትልቁ ለትንሹ ያለቅሳል።
467. ትልቁ አዛዥ፣ ትንሹ ታዛዥ።
468. ትልቅ ሆስፒታል መኪናን ብቻ ለማከም የሚቀበል።
469. ትልቅ ሜዳ ቀጭን መንገድ ኹለት ቦይ።
470. ትልቅ ቤት ብዙ ዘመን የማይኖርበት።

471. ትልቅ ዋሻ ማር ውጦ፣ እሬት የሚተፋ።

472. ትልቅ ዋሻ የሚጠብቁ፣ በነጫጭ ልብስ የደመቁ፣ አስገብተው የሚያደቁ ወታደሮች።

473. ትልቅ ዋሻ ጉደኛ፣ አንበሳ የሚያስተኛ።

474. ትልቅ ዱባ ድብልብል፣ ምድርን ይዞ የሚሾር።

475. ትልቅ ጎተራ ውጦ የሚያስፈራ፤ ሠርክ ጠግቦ ቢበላ ስልቻው ጭራሽ የማይሞላ።

476. ትልቅ ጫካ ገብቼ፤ አንድም ዱላ አጥቼ።

477. ትንሹ ስልቻ ነፋስ የሚወስደው፤ እሳት ሲነካው ምን አስኮረፈው።

478. ትንሹ የማያድግ፣ ትልቁ የማያረጅ።

479. ትንሹ ደማሚት፣ አጥፍቶ የሚጠፋ እሳት።

480. ትንሹ ግሬደር ተራራ ላይ ወጥቶ፤ ጥቁርና ነጭ ሣር አጭዶ የሚከምር።

481. ትንሺቱ ማረሻ፣ አፈር ሳይነካት ታርሳለች።

482. ትንሽ ልጅ ጺም አቀምቅሞ።

483. ትንሽ ልጅ ጺም አብቅሎ።

484. ትንሽ ልጅ ጺም አጢሞ።

485. ትንሽ መጅ አገር ትፈጅ።

486. ትንሽ መጅ አገር ፈጅ።

487. ትንሽ ምላጭ አገር ምላጭ።

488. ትንሽ ምላጭ ዓለምን ትላጭ።

489. ትንሽ ቀበጢና መቀነቷ መቶ ከዘጠና።

490. ትንሽ ባሕር ደም ትመስል።

491. ትንሽ ነፍጥ በደጃፍ ላይ ታደፍጥ።

492. ትንሽ ዐለንጋ፣ ወንዝ ለወንዝ ትላጋ።

493. ትንሽ አንበሳ ቁና ቁና ታገሳ።

494. ትንሽ ዕቃ፣ ከገደል ተጣብቃ።
495. ትንሽ እንስሳ፣ ዘላለም ተልባ ለብሳ።
496. ትንሽ ክምር፣ ቅቤ አጣፍጦ የሚያሳምር።
497. ትንሽ ወጠጤ ቀንደ ሰላጤ።
498. ትንሽ ዋርካ ተንተርክካ።
499. ትንሽ የልጃገረድ ጡት፣ ብርሃን የምትሰጥ የማያልባት።
500. ትንሽ ደበሎ የሚለብስ፣ እጀርባ ደምቆ የሚኮፈስ።
501. ትንሽ ጉተና አፋፍ ለአፋፍ ትዞር።
502. ትንሽ ጐልማሳ ደረተ ገማሳ።
503. ትንሽ ጠፍር ዓለምን ትጠፍር።
504. ትንሽ ጠፍር ዓለምን ኹሉ ትጠፍር።
505. ትንሽ ጡት ተንጠልጥላ፣ በብርሃኗ ሀገር የምትሞላ።
506. ትንሽ ጥቢኛ የማትገመጥ።
507. ትንሽ ጭራ፣ ከመሬት ተቀርቅራ።
508. ትንሺ ማረሻ አፈር ሳይነካት ታርሳለች።
509. ትንሺ ምሰሶ፣ ጫፏ ተዘልሶ።
510. ትንሺ ምጣድ፣ ጉብታ፣ ጫካ መኻል።
511. ትንሺ ቅሌ፣ ሙሉዋን ጥሬ።
512. ትንሺ ብጣቂ ወረቀት፣ የምትዝቅ ብር ከባንክ ቤት።
513. ትንሺ ተማሪ፣ ጥምጥም አሳማሪ።
514. ትንሺ አረንጓዴ ሙዝ ለብላቢት።
515. ትንሺ አንሳ፣ ተንደርካ።
516. ትንሺ አንሳ፣ ወንድሟን ገልሳ ገልሳ።
517. ትንሺ ወጠጤ ቀንደ ሰላጤ።
518. ትንሺ የወፍ እንቁላል፣ ከጠረጴዛ ላይ የምትዘል።
519. ትንሺ ደጎዛ፣ እህሌን አግዛ አግዛ።

520. ትንሿ ጀንጥላ ከአናት ጉብ ብላ።
521. ትንሿ ጋለሞታ እናቷን ትመታ።
522. ትንሿ ጥቢኛ የማትገመጥ።
523. ትንሿ ጥይት ቦርሳ ውስጥ አስቀምጧት፣ ከንፈር የምታብስ ሲያስኛት።
524. ትንሿ ጥይት ዶክተር የላኳት፣ አሸባሪዎችን ከዋሻ ጠራርጋ አስወጣች።
525. ትንቧለል ያልጠመቀችው ጠላ፣ ምነው ሲቀዳ ፈላ።

ምዕራፍ 9 "ተ" የዕንቆቅልሽ መልስ

447. ወተት ሲገፋ
448. ሲጋራ
449. ቁንጬ
450. እንቅፋት
451. ዝናን
452. ልብ፣ እባብ፣ ወንዝ
453. ልብ
454. ሰይፍ
455. አስቀድሞ ማፈር
456. ጅራፍ
457. ወርቅና ብር
458. ሐውልት
459. አህያ
460. መደብ
461. ቲማቲም
462. ጭንቅላት እና ጸጉር
463. ማሽላ
464. ሶፍት
465. ከበሮ
466. ቁልቋል እና አጋም
467. ጠመንጃ እና ጥይት
468. ጋራጅ
469. ግንባር፣ አፍንጫ፣ የአፍንጫ ቀዳዳዎች
470. ሆድ
471. አፍ
472. ጥርሶች
473. አፍ
474. ሉል
475. ሆድ
476. ጸጉር
477. መያዣ ፌስታል
478. ድንጋይ
479. ቦንብ
480. ቶንዶስ፣ ከሊፕር
481. መርፌ
482. ብቅል፣ አገር፣ አስኪት፣ በቄልት
483. ብቅል፣ አገር፣ አስኪት፣ በቄልት

484. ብቅል፣ አገር፣ አስኪት፣ በቄልት
485. ጫማ
486. እግር
487. እሳት
488. እሳት
489. እንዝርት
490. ቀይ ወጥ
491. እንቅፋት
492. አልቅት
493. ሙቀጫ
494. ጆሮ፣ ከረቤዛ፣ ዐይን፣ አፍንጫ
495. ድመት
496. ኮረሪማ
497. ኩርንቺት
498. ሽንብራ
499. አምፖል
500. ለምድ
501. መርፌ
502. ስንዴ
503. እንቅልፍ
504. እንቅልፍ
505. አምፖል
506. ምሥር
507. ጣዝማ
508. መርፌ
509. ከዘራ
510. ሳዱላ
511. ቀጋ
512. ቼክ
513. እንዝርት
514. ሚጥሚጣ
515. ሽምብራ (ባቄላ፣ ፈንድሻ፣ በቆሎ ሲጠበሱ)
516. መጥረቢያ
517. ኩርንችት፣ ምስማር
518. ቴኒስ ኳስ
519. የሊጥ ማዞርያ
520. ኮፊያ፣ ባርኔጣ
521. ሙቀጫና ዘነዘና
522. ምሥር
523. ቻፕስቲክ፣ ሊፕስቲክ
524. ከኒን፣ እንክብል
525. ድራፍት

ምዕራፍ 10 "ቸ" ዕንቆቅልሽ

526. ቼ በለው ኮርኩረውኝ፣ ያለ መሣሪያ አዘመቱኝ።

ምዕራፍ 10 "ቸ" የዕንቆቅልሽ መልስ

526. ፈረስ

ምዕራፍ 11 "ነ" ዕንቆቅልሽ

527. ነዋሪ ማነው።
528. ነዶ ተቃጥሎ ተንጨርጭሮ፤ ጭሱ ቤት የሚያውድ ጭራሮ።
529. ነገ ላይገኝ ደስታ፣ በየወንዙ እልልታ።
530. ነገርንና ጥልን የሚያስቀር ማነው።
531. ነጋዴ የሚጠላው ተክል።
532. ነጩ መቀነት፣ የሆድ ውስጥ ጠላት።
533. ነጩ በሬ አሧሪ፤ ቀዩ በሬ በርባሪ።
534. ነጩ አንበጣ ሀገር አልበቃ ብሎት፣ ተርመስምሶ ቢመጣ ለጥቃት፤ ክንፉን የሰበሩ ጥቁር አባት።
535. ነጩ ጃንጥላ ስፖንጅ የሚመስለው፤ በየሜዳው ድባብ የጣለው።
536. ነጩ ፈረሰኛ፣ ተገልብጦ ተኛ።
537. ነጫጭ በሬዎች አኺያጅ፣ ቀይ በሬ መላሽ።
538. ነጭ ማር፣ ሰርን የሚዳፈር።
539. ነጭ ሣር ጉብታ ላይ ተዘርቶ አምሮ፤ በክብር ተንሠራፍቶ።
540. ነጭ ሾጣጣ ዕብነ በረድ፣ ታቅፉ የምታንቀላፉ።
541. ነጭ ቁጫጭ ተዝቆ በአካፋ፤ ትልቅ ዋሻ ውስጥ ሲደፋ።
542. ነጭ በሬ አሧሪ፤ ቀይ በሬ በርባሪ።
543. ነጭ በሬ አሧሪ፤ ቀይ በሬ ዘርዛሪ።
544. ነጭ በሬ፣ ጥቁሩን በሬ ቀስቅሶ ተኛበት።
545. ነጭ ተሳፋሪዎች፣ አረንጓዴ አውቶቢስ ውስጥ።
546. ነጭ ተቀብሎ፣ አብስሎ የሚሰጥ።
547. ነጭ ቱቦ በአጭር ተቈርጦ፤ ጉማጁ የሚቀርብ ጣፍጦ።

548. ነጭ አጥር ችምችም ያለውን፣ ለስላሳ ቄዳ ከረቸመው።
549. ነጭ እምቦሳ፣ አፈር ለብሳ።
550. ነጭ እርሻ፣ ዘሯ ጥቁር።
551. ነጭ እብነ በረድ ከሱቅ የተገዛው፤ በገል ተደርጎ እሳት ቢነካው፤ ሰፈር ያውዳል ቄንጆ ሽታው።
552. ነጭ እንክርዳድ፣ ነቀዙን ለሰብል ዘር፤ ተባዩን ደም መጣጭ ትኋኑን ማንም ሊደፍረው ያልቻለውን ተጋፍጣ፤ ድል የነሳች የጥቁር ተምሳሌት ማነች።
553. ነጭ ዘንጋዳ፣ ከሩቅ ምሥራቅ የመጣ እንግዳ።
554. ነጭ የወተት ማር በእሳት ተጥዶ የሚቀር።
555. ነጭ ጋቢ አረፋ የሚመስለው፤ ከገደል ተወርውሮ መሬት ሲደርስ የሚጨስ።
556. ነጭ ጥጥ የማይዳሰስ፤ ሰማይ ጥግ የሚርመሰመስ።
557. ነጭ ጥጥ የማይዳሰስ፤ ከሰማይ መሬት ወርዶ የሚርመሰመስ።
558. ነጭና ጥቁር መንትዮች መዓዛ የሚሰጡ አጣፋጮች።
559. ነጭና ጥቁር በሬዎች ተዋጉ፤ ነጩ አሸነፈ።
560. ነጭና ጥቁር በሬዎች አብረው ተሰማሩ፤ ነጩ ቀድሞ ገባ።
561. ነጭና ጥቁር በሮች ተዋጉ፤ ነጩ አሸነፈ።
562. ነጭና ጥቁር አስፋልት ገላዬን አዥጎርጉሮኝ፣ የመኪና ዘር ጭራሽ የማይኼድብኝ።
563. ነጪ በራሪ ሰላም አብሳሪ።
564. ነፍስ አውጥቶ፣ ነፍስ የሚያድን፣ አካል ተልትሎ የሚጠግን።
565. ነፍስ የለው፣ ጥርሱ ሙቶ ኅምሳ።
566. ነፍስ የላት፣ ነፍስ ያለውን ትመክር።
567. ነፍስ የላት፣ ኹለት እግር አላት።
568. ነፍስ የላት፣ ጆሮ እና አንገት አላት።

569. ነፍስ የሌለው፣ ነፍስ ያለውን ይወልድ።
570. ነፍስ የሌለው ዳኛ።
571. ነፍስ የሌለው ፈራጅ።
572. ነፍስ ያለው በድን ወለደ፤ ከበድኑ ነፍስ ያለው ተወለደ።
573. ንጉሡን ይነሡ፣ ስትል የማታፍር።
574. ንፍሮውን ትቼ፣ ገበታውን በላኹት።
575. ኖሪውን ለቅልቆ፣ በጥቁር ሜዳ ቦርቆ፣ የነገን ሰው የሚጠፈጥፍ፣ በጥብጦ አራቆ።

ምዕራፍ 11 "ነ" የዕንቆቅልሽ መልስ

527. ጽድቅ
528. ሰንደል
529. ዕንቊራሪት
530. ዕርቅ
531. ቀረጥ
532. የኮሶ ትል
533. ጥርስና ምላስ
534. አጼ ሚኒሊክ
535. እንጉዳይ
536. ፈንድሻ
537. ጥርስ እና ምላስ
538. ሰናፍጭ
539. ሽበት
540. ጭር ያለች ዶሮ
541. ቅንጨ
542. ምላስና ጥርስ
543. ምላስና ጥርስ
544. ሽበት
545. ቃሪያ
546. ምጣድ
547. መኮረኒ
548. ጥርስና ከንፈር
549. ድንች
550. መጽሐፍ
551. ሉባንጃ
552. ኢትዮጵያ
553. ሩዝ
554. ቅቤ
555. ፏፏቴ
556. ጉም
557. ጭጋግ
558. ነጭና ጥቁር አዝሙድ
559. ነጩ ወተት፣ ጥቁሩ ቡና
560. ዳጉሳና ጥርስ
561. ውሃና ወተት
562. የሜዳ አህያ
563. እርግብ
564. ሐኪም

565. ማጭድ
566. መስተዋት
567. ሱሪ
568. እንስራ
569. እበት
570. ሚዛን
571. ሚዛን
572. ዶሮ እና እንቁላል
573. ሽንት
574. ዱባ
575. መምህር

ምዕራፍ 12 "አ፥ ዐ" ዕንቆቅልሽ

576. አለ አንድ ቀን ፀሓይ አይቶ የማያውቅ።
577. አላላሷ እንደ ውሻ፤ አጠማጠሟ እንደ ቃልቻ።
578. አልቀረም ተቀጥቅጦ፤ አስተኛ ፈልጦ ፈልጦ።
579. አልቀረም ተቀጥቅጦ፤ አስተኛቸው ፈልጦ ፈልጦ።
580. አልቅሶ፣ ጥሪ የሚያቀርብ።
581. ዐልጋ ላይ ተኮፍሳ ኮርታ፤ ፍሪዳ የምትቆርጥ አድብታ።
582. አመድን ማን ይቀብረዋል።
583. አምላክ የሰጣት ትልቁ ጌታ፣ በጉያዋ ያዘለች መልካም ሽታ።
584. ዐምስት ኾነን ከአንድ እናት ተወልደን፤ አራቶቻችን አደብ የገዛን፤ ሰው ኹሉ በክፉ የማይጠራን፤ አንዷ ግን ጉደኛ አርፋ የማትተኛ።
585. አምራ ቄነጃጅታ፤ ቤቷን በስንደዶ ዘግታ፤ በሆድዋ ነፍስ አድን አስገብታ፤ የምትውል ከርታታ።
586. አምራ ደምቃ፤ ሕይወትን በደስታ አተልቃ፤ የምትማርክ የዓለም ቋንቋ።
587. አሳድጎት ነበር ፊት በልጅነቱ፤ አላስገባው አለ አባቱን ከቤቱ።
588. አሥራ ኹለት ተመልካች፤ ኹለቱ ደናሽ።
589. አስገብቶ የማያስወጣ በር።

590. አረንጓዴ ላም ቀንድ የሌላት፤ ጠቅ የምታደርግ ለማሰብ ሲቀርቧት።

591. አረንጓዴ ሙዝ ሲገምጡት፤ የሚለበልብ ሲያንኮሻኩሹት።

592. አረንጓዴ አሳይቶ ቢጫውን፣ በደም የሚያሥር ጎማውን።

593. አረንጓዴ ዱቄት ልሞ፤ ጉንጭ የሞላው፤ አቅበዝብዞ ኀሊና የሚያስተው።

594. አራት ማድጎች ቁልቁል ተደፍተው።

595. አራት ቅርንጫፎች አሉት፤ የመጀመርያው ውሃ አለው፤ ኹለተኛው ወተት አለው፤ ሦስተኛው ቅቤ አለው፤ አራተኛው ማር አለው።

596. አራት አስደናቂ ነገሮች።

597. አራት እግር አለው፣ ወንዝ የማይሻገር።

598. አራት እግር አለው ግን ወንዝ መሻገር አይችልም።

599. አራት እግር አላት፣ በእግሯ የማትኼድ።

600. አራት እግር ያለው አባት፣ ልጆቹን የማያስጥል ከጠላት።

601. አራት እግሯ ሺ ዐይኗ።

602. አራት ወንድማማቾች ሲቆሙ የሚበላለጡ፤ ሲታጠፉ ግን እኩል የሚኾኑ።

603. አራት ገንቦዎች ቁልቁል ተንጠልጥለዋል።

604. አራት ጉድ እውቁልኝ።

605. አራት ጣቶች የተኙ ነጭ ዘንዶዎች አንጠልጣዮች።

606. አርባ አራት የተከበሩ ታጅበው ውጪ አደሩ።

607. አቀማመጡ እንደ አንበሳ፤ አጐራረሡ ሌልኛ።

608. አቂራ አቂራ፣ ከምድር ተቀርቅራ።

609. አቅም የላት እርሷ፤ ኀይለኛ በራሷ።

610. አቅሟን አታውቅ፣ ትንጣጣ።

611. አቅፎ ሰብስቦ፤ ልጆቹን ብርድ የሚያስመታ ዘግቶ በሩን።

612. አበባውን አሳምሮ፤ እሾኹን አጥሮ የሚኖር ተክል።
613. አባ መጡ ከገዳም፤ ሣር እየበሉ እንደ ላም።
614. አባ መጡ ከገዳም፤ ሣር እየበሉ እንደ ላም፤ ውሃ ቢነካቸው ትክ አለ ነፍሳቸው።
615. አባ ሲሉት ቆብ የሌለው።
616. አባ ሸበቶ፣ ዐልጋ ላይ ወጥቶ።
617. አባ ሸበቶው ከዐልጋ ላይ ተቀምጠው።
618. አባ ቁንኑ ኵራታቸው፣ ካባ ለብሰው፣ ሳሎን መኮፈሳቸው።
619. አባ ይሉዋቸው፤ ቆብ እንኳ የላቸው።
620. አባ ጅሞልሟሌ ተጅሞልሙሎ ኼዶ ዐምስት ልጆች ወለደ።
621. አባ ጺማሙ ሲጋራ የሚያጤሱ፤ ሲጋራ ላይ የተኮፈሱ።
622. አባባ ገደል ጨለማ የማይዘጋ።
623. አባቱ ዳኛ፤ ልጁ ቀማኛ።
624. አባቴ አራት ዐይን ሲኖራቸው ኹለቱ የተውሶ ናቸው።
625. አባት እናቴ ለዐይናቸው ጠልተውኝ፤ ቤት ውስጥ ጉርጓድ ቆፍረው ቀበሩኝ።
626. አባት እናትኽ ያልወለዱት፣ መንታ ወንድምኽ።
627. አባት እየወደዳት፤ ልጅ አጥብቆ የሚጠላት እናት።
628. አባቷን ከዳ፤ አያቷን ወዳ።
629. ዐባይ አድምቆ ያኮራት፤ ከሌላ ጠራርጎ ምግብ ያቀበላት፤ አስዋንን ገድባ ያማረባት ማን ናት።
630. አባት እናት ኮርኩሞ የሚቀብር ጡንቸኛ።
631. አናቷ ሲመታ የማታቀርብ አቤቱታ።
632. አንደበት ሲከድ፣ ልብ የሚያምናት።
633. አንዱ እንኺድ ባይ፣ አንዱ እንቅር ባይ፣ አንዱ እንተኛ ባይ።
634. አንዱ የሚበላ፤ ሌላው የሚበላ።

635. አንዲት ሙሽራ፣ በሦስት በቅሎ ተሞሽራ።
636. አንዲት ግንድ፣ በኹለት ትከሻ ትንጓደድ።
637. አንዲት ግንድ፤ በኹለት ትከሻ ትጓደድ።
638. አንድ መግቢያ ያለው፤ ኹለት መውጪያ ያለው።
639. አንድ ቀን እንኳን ያላየነው፣ የቤታችን ውስጥ ወፍጮ።
640. አንድ በርባሪ፤ ኀምሳ ጨፋሪ።
641. አንድ ዐይን አላት፤ በዐይኗ የማታይ።
642. አንድ ዐይን እያለኝ፤ ማየት የተሳነኝ።
643. አንድ እንኪድ ባይ፤ አንድ እንቅር ባይ፤ አንድ እንተኛ ባይ።
644. አንድ እግሩ ሦስት ራሱ (ወይም ኹለት)።
645. አንድ ኪሎ ዱቄት በአንድ ብር ቢላዋ፤ ሦስት ኪሎ ዱቄት በስንት ብር ቢላዋ ይፈጫል።
646. አንድ ዛፍ አለ፤ አሥራ ኹለት ቅርንጫፎች አሉት፤ እያንዳንዱ ቅርንጫፍ ሰላሳ ቅጠሎች አሉት።
647. አንድ ጉድ፣ ተሠራ የማትወልድ።
648. አንድ ጉድ፣ ያለ ባላ መቆሚ።
649. አንድ ጉድ፣ ያለ ካስማ መዘርጋቷ።
650. አንድ ጊዜ ተዘርቶ ኹለተኛ የማይዘራ፤ ታጭዶ ምርት የማይገኝበት።
651. አንድ ጊዜ ከወጡበት፤ ኹለተኛ የማይመለሱበት።
652. አንገቱ የታነቀ፤ ጅራቱ የታረቀ፤ እንብርቱ ከመሬት የጠበቀ።
653. አንገት መቃ ቦርጫም፤ ቢጫ ውሃ ጠጪ ሆዳም።
654. አንገትና ጆሮ አለው ግን ነፍስ የለውም።
655. አዕምሮ እያለው ጭንቅላት፤ የስንፍና አዳራሽ የተከመረበት፤ ሳይሠራ ለማግኘት ካሮት የሚያነክት።
656. አዋሽን በሆዱ ሞልታ የተነረተች እንቁራሪት፤ እማዬ ጆርባ ላይ ወጥታ ፊጥ አለች።

657. አውራ በሬ ሲጮኽ አደረ፤ እበቱንም አላኖረ።

658. አዘንጠው ከብር ሰጥተውኝ፤ እጠረጴዛ ላይ ያኖሩኝ ወደ ማታ አመድ አቃሙኝ።

659. አያ ውበቱ፣ ልጁን ታቅፏል በደረቱ።

660. ዐይነ ስውር ይሉታል ጥቁሩን እንግዳ፤ ቆንጥጦ ሰው የሚጎዳ።

661. ዐይን እያላት የማታይ።።

662. ዐይኖቻችንን ከፍተን፤ መፈጸም የሚያቅተን።

663. ዐይኗን ተኩላ፤ ገበያ የምትወጣ።

664. አድፋጭ፣ ተንቀጥቃጭ፣ ሯጭ።

665. አገር ከአየር ሲርቅ።

666. አገር ከአየር ሲቀርብ።

667. አንቴ ለብሰው ነጭ ካፖርት፤ ጮማ ከብርንዶ አማርጠው የሚሸጡበት።

668. አጓት ውጣ ብቅ ጥልቅ።

669. አጥብታ የማታውቅ፤ ጡት የሌላት እናት።

670. አጭሩ ጐረምሳ ልበ ገማሳ።

671. አጭር ሰው መሬቱን አልፎ አልፎ ይቆፍራል።

672. አጭር ቃልቻ፤ ጥምጥም ብቻ።

673. አጭር ቈላፋ፤ አገር ምድር ታጠፋ።

674. አጭር ጐልማሳ፤ ምድር የምትበጣ።

675. አጭር ጐልማሳ፤ ሸቅብ ቁልቁል ታገሳ።

676. አጭር ጐልማሳ ደረተ ገማሳ።

677. አጼ ሚኒልክ ከባሕር ማዶ አምጥተውኝ፤ በኢትዮጵያ ምድር ማገዶ ኾንኩኝ።

678. አፉ ዝም ብሎ በእጁ የሚናገር።

679. አፋፍ ላይ ኾና ትጮኽ።

680. አፋፍ ደርሶ ምልስ።

681. አፋፍ ደርሶ የሚመለስ።

682. አፍ የላት ትናገራለች፤ እግር የላት ትሮጣለች።

683. አፍ ያለው የማይናገር፤ ጆሮ ያለው የማይሰማ።

684. አፍንጫ እያላት የማትናፈጥ።

685. ኢትዮጵያዊነትን በሮም ያሳየው፤ አበበ ቢቂላ ፈሩን የቀደደው፣ የሩጫው ዐይነት።

686. ኢትዮጵያውያን የሚያበቅሉት፤ ጋግረው በምግብነት የሚበሉት።

687. ዓለምን ያስፈሩ ያስደነገጡ፤ ተመው የሚገቡ ሲሮጡ፤ አረንጓዴ ጐርፍነታቸው የታወቀላቸው፤ የዓለም ሕዝብ መርቆ የሰጣቸው።

688. ዓለምን ያጥለቀለቀ፤ መላ የታጣለት ገዳይ ጐርፍ።

689. ዓለምን ጉድ ያሰኘ፤ በዓለም ስሙ የናኘ፤ ባለብዙ ክብረ ወሰን በኦሎምፒክ፣ የቁርጥ ቀን ልጅ፣ በአሥር ሺህ፣ ድል የመታ በምድረ አትላንታ።

690. እህል በልቶ ውሃ የማይጠጣ።

691. እህል እና ሰው በአንድ ስልቻ ተቋጥረው።

692. እህልና ሰው በአንድ ስልቻ ተቋጥረው።

693. ዕለቱን ተወልዳ፣ ጉልበት የምትስም።

694. እልም ካለ ዱር ገብቼ፣ የምቆርጠውን አጥቼ።

695. እመት ሙሽሪት ደርባ ደርባ።

696. እመንገድ ዳር ያለ ትልቁ ቡና ቤት፣ መኪናዎች ጠጥተው የሚፈነጩበት።

697. እመኻሉ ቦንብ እየፈነዳ፣ ተሸከሞ ምንም የማይጐዳ።

698. እመኻል ሳሎን ተሰይማ፤ ቡና ቁርስ ሥር ተጋድማ፤ ሲጋራዋን የምታንቦለቡል።

699. እማ ሲሉ ይነካካሉ፤ አባም ሲሉ ይነካካሉ፤ አያ ሲሉ አይነካኩም።
700. እማሆይ ሰፈፉ፣ እየተንሳፈፉ በሰማይ አለፉ።
701. እማሆይ ጉትት።
702. እማሆይ ጉትት ጉትት፤ እንጡጥ ፍርጥ።
703. እማማ የሠራችው ለስላሳ ሳዱላ፤ መኻሉን ቅቤ አጥለቀለቀው።
704. እማማ ጭንቀታቸው፤ አንድ ነገር ሲጠየቁ ለመናገር ማቅማማታቸው።
705. እማዬ ለአባዬ የሰጠችው፤ ሰውን ኹሉ ወደ መቃብር አወረደው።
706. እማዬ ያጨሰችው ዱቄት፤ ጭሱ ቤቱን አወደው፤ በቄንጆ ሽታ ሰፈሩን አጠነው።
707. እሜቴ ሙሽሪት ደርባ ደርባ።
708. እሜቴ ጉፍ ጉፍ፣ ወረደች ወደ ጉድፍ።
709. እምዬ ባለጡት በራሪት፣ የቀን ዙረት አይመቻት።
710. እሱ ለማዳ፣ ሲሰሙት ግን እንግዳ።
711. እሱም ቀሎ፣ ሰውንም አቅሎ።
712. እሳተ ገሞራ የሚንቀለቀልበት፣ ሕይወት አድን ደሴት።
713. እሳት ሲጠጋው የሚልፈሰፈስ፤ በረዶ ሲያቅፈው የሚነግሥ።
714. እሳት የማይደፍረው፤ መጥረቢያ የማይዘልቀው፤ ሌባ የማይችለው፤ ቤት ውስጥ የሚቀመጥ፤ የውድ ንብረቶች ባለአደራ።
715. እሳት ፈሪ፤ ውሃ ደፋሪ።
716. እስጢፎ እስጢፎ፣ ከገደል ላይ ተለጥፎ።
717. እሷ መትታ፣ እሷ ትጮኻ።
718. እሷ ገድላ፣ እሷ ትጮኻ።

719. እሷ ጥቁር፣ ልጆቿ ነጫጭ።
720. እሷም አብዳ፤ ሰውም አሳብዳ፤ በመጫኛ ተቀፍድዳ።
721. እራሱ ገርፎ፣ ራሱ የሚጮኽ።
722. እራሱ ገድሎ፣ እራሱ የሚጮኽ።
723. እራሱን መቶ፣ እራሱ የሚጮኽ።
724. እራሱን ሲመቱት፣ ብቻ የሚሠራ።
725. እራሱን ሳያቀምስ፣ የቈረሰውን ለሌላ ያጐርሥ።
726. እራሷን ካላሷት የማትገባ።
727. እርስ በእርሱ ተከራክሮ፣ ወደ አከራካሪው ጉሮሮ።
728. እርስ በእርስ ተገዛግዞ፤ ተሻሽቶ ነጭ ዕጣን ገላውን ቀብቶ፤ ጨዋታው የሚያልፍ አስደስቶ።
729. እርሷ ጥቁር፣ ልጆችዋ ነጫጭ።
730. እቆሻሻ ውስጥ የምትንደባለል፤ ተውሳክ የምታድልና ብር ብላ ለሰው የምታካፍል።
731. እቤታችን ያለ ኀተራ፣ ጨርቅ እንጂ እህል የማይበላ።
732. እቤት ተቀምጦ፣ እማዬን የሚያብስ።
733. እቴ ቅባ ቅባ፣ ከምድር ተቀብቅባ።
734. እቴ ዘነዘና፣ ታጥቃ በዘጠና።
735. እቴ ድቡልቡል ሽክርክር፣ ነፍስ ያለው ይወልድ ባለ እግር።
736. እቴ ጥና ጥና ታጥቃ በዘጠና፤ እሷም አብዳ ሰው አሳብዳ።
737. እትልቅ ዋሻ ውስጥ ተኮፍሶ፤ ምግብ የሚያወራርድ።
738. እትዬ ሰፊፋ እየተንሳፈፉ፤ መልካም ሰፌድ ሰፉ።
739. እትዬ ፊት ያለው ጥላሸት በጭራሽ የማይለቅ በሳሙና ቢያጥቡት።
740. እነ ብዙሃን ደከሙ፤ እነ ሩቃን ተቃረቡ፤ እነ ኹለቶ ሦስት ኾኑ።
741. እነ እትዬ ቆመ-ቢስ ባለ ዘጠኝ ልብስ።

742. እናቱን፣ ተራራ መኻል የሚያስተኛ መርዝ የለሽ እባብ።
743. እናቱን አስሮ፤ ቤት የሚያስጠብቅ ጐረምሳ።
744. እናቱን ጠርቶ፤ አባቱን የማይደግም።
745. እናቲቱ ወደ ዱር፣ ልጅቱ ወደ ቤተክርስቲያን።
746. እናቲቱ የወለደችውን፤ አያቲቱ አሳደገችው።
747. እናቲቷ ቀሪ፤ ልጅቷ በራሪ።
748. እናቲቷ ነብር፣ ልጅቷ ምን ታምር።
749. እናቴ የሰጠችኝ ወርቅ፣ አያልቅ።
750. እናቴን ሳይነካ፣ አባቴን ይነካል፤ እህቴን ሳይነካ፣ ወንድሜን ይነካል።
751. እናት ስትወደው፣ ለልጂት የማይመች አባት።
752. እናት ተጨንቃ አጥብታ፤ አባት መከራ አይቶ አሳድጓት፤ ባዳ ሞልጮ የወሰዳት።
753. እናት አባት የሌለው ሰው።
754. እናት እና አባቴ የሰጡኝ የብር መስቀል፤ ብወድቅ አይሰበር፤ ብሞት አይቀበር።
755. እናትዋ ሞኛ ሞኝ ልጅዋ የምትፋጅ።
756. እናትየዋ ቆም ድርቅ፤ ልጅቷ ብቅ ጥልቅ።
757. እናትየዋ ጥቁር አጎዛ ልጅቷ ነጭ አጎዛ።
758. እናቷ ተቀማጭ፤ ልጅቷ ዟሪ።
759. እናቷ ጥቁር፣ ልጂቷ ነጭ።
760. እናቷን ስትጠራ የምትኮራ፤ አባቷን ስትጠራ የምትፈራ።
761. እናቷን የምታንቅ ጨካኝ ልጅ።
762. እኔ አንቺን አያለኹ፤ አንቺም ታይኛለሽ።
763. እኔ እሰማዋለኹ፤ እሱ አያየኝም።
764. እኔን ቢጠሩኝ፤ አንቺን ምን አመጣሽ።

765. እኔን ጠልተው ሲቀብሩኝ፤ ዘጠኝ ወር ጓዴን ነጠቁኝ።
766. እኔን ጠሩኝ፤ አንቺን ምን አመጣሽ።
767. እንሦስላ ሞቃ፤ ከዱር ተደብቃ።
768. እንቅፋት አይፈራ፤ ስንቅ አያሰላ፤ ከመውጣቱ ዓለምን ዞሮ መግባቱ።
769. እንኮይቷ ተረስቷት እናትነቷ፤ ልጆችዋን የምትቀብር በአንጀቷ።
770. እንኮይቷ ኩሩዋ፣ ተጸዳድታ መቅበርዋ።
771. እንደ ማጀላን መንደርን ያሰሰ።
772. እንደ ሽማግሌ ሸብቶ፤ እንደ ልጅ ታዝሎ።
773. እንደ ሽማግሌ ጺም አውጥቶ፤ እንደ ልጅ ታዝሎ።
774. እንደ አህያ ዱላ፣ እንደ ድመት ወተት፣ እንደ ውሻ እሳት፣ እንደ ነብር ሥጋ የሚወድ።
775. እንደ እባብ ተጉዞ፤ እንደ ሽፍታ ተይዞ።
776. እንደ እንጀራ ንብርብር፤ እንደ ነብር ዝንጉርጉር።
777. እንደርሱ ኾኖ የተፈጠረውን ሰው መናቅ።
778. እንዲኸ ቢሉ አትታይ፤ እንዲኸ ቢሉ አትታይ።
779. እንዶዱን ቀምሞ አዘጋጅቶ፤ ቢልሃርዚያን ከዓለም አጥፍቶ፤ ከሳይንቲስቶች ጐራ ያሰለፈን ምሁር።
780. እንጡጥ ፍርጥ (ተባይ)።
781. ዕንጨት የሚፈጭ፣ ተንቀሳቃሽ ነጭ ወፍጮ።
782. እዋሻ ውስጥ ኾና፣ የምታውለበልብ።
783. እዚህ አይቼው፤ እዚያ ምን ወሰደው።
784. እዚያ ላይ ያለች ቂጣ፣ አንድ ወገኗ ገማሳ።
785. እየመረረ የሚጥም ማስዋቢያ፣ ቆሻሻ አጥቦ ማጥሪያ።
786. እየኼድኩኝ፣ ነጭ አጎዛ ጣልኩኝ።
787. እየደነሰች የምታረግዝ።

788. እደረት ጨፍራ፣ መሬት የምትኮራ።
789. እዱር ገብታ፣ ተከፍከፋ ትወጣ።
790. እዳውን ከፍሎ ሳይጨርስ፤ ዐልጋውን የሚለቅ ንጉሥ።
791. እጅን ከጉዳት መከላከያ፤ ሲያሻው ተናርቶ መቋሰያ።
792. እጉያ ተቀምጣ፤ የምትመዘምዝ ባለ ጉጣ።
793. እጉያ ተቀምጦ ባልን ተደብቆ፤ ከፍቅረኛ ሽምቶ የሚስም።
794. እጉያቸው ቢያስቀምጡኝ የወደዱኝ መሰለኝ፤ ካለኹበት ጐትተውኝ በቆሻሻ ምናምንቴ በከሉኝ፤ አሽቀንጥረውም ወረወሩኝ፤ ለመሆኑ እኔ ማን ነኝ።
795. እጉያው ለጥፎኝ ፉጨቴን ብለቀው፤ ከአካላቱ ኹሉ ለጆሮ ተሰማው።
796. እግረ ብዙ ዐይናማው፣ ዐይነ ስውሩን አሸከሞ ጐተተው።
797. እግሩ አንድ፣ ጭንቅላቱ ሦስት።
798. እግር አለው፣ ወንዝ አይሻገር።
799. እግር የለው፣ ተራራ ይወጣል።
800. እግር የላትም ትራመዳለች፤ አፍ የላትም ትናገራለች።
801. እጥር ብላ ታጥቃ በዘጠና።
802. እፍ ካለው ሜዳ፣ አንዲት ስንደዶ።
803. እፍረት የሌላት ደፋሪት፣ እናቷን ለትማ ጫኺት።

ምዕራፍ 12 "አ፥ ዐ" የዕንቆቅልሽ መልስ

576. ባሕረ ኤርትራ
577. ሙሬ
578. ጌሾ
579. ጌሾ
580. የአደጋ የፖሊስ መኪና ጥሩንባ
581. ድመት
582. ነፋስ
583. ጥርኝ
584. ሌባ ጣት
585. መሶብ
586. ሙዚቃ
587. ዝናብ እና የሣር ቤት ክዳን

588. ሰዐት
589. ጆሮ
590. ቁልቋል
591. ቃሪያ
592. የትራፊክ መብራት
593. ጫት
594. የላም ጡቶች
595. እንባ፤ ምራቅ፣ ንፍጥ፣ ኩክ
596. አለ ምሰሶ የሚኖር ሰማይ፣ አለ እግር የሚኼድ እባብ፤ ተመትቶ ስብራት የማይታይበት ባሕር፣ አለ ጡት የሚያድግ ዶሮ
597. ዐልጋ
598. ወንበር፣ ጠረጴዛ፣ ዐልጋ
599. ወንበር፣ ጠረጴዛ፣ ዐልጋ
600. ጠረጴዛ
601. የሸቦ ዐልጋ፣ ዐልጋ፣ መኪና፣ ንብ
602. ከአውራ ጣት ውጭ ያሉት አራቱ ጣቶቻችን፤ ሲታጠፉ
603. የላም ጡቶች
604. በቅሎ አለመውለዷ ዶሮ አለመሽናቷ የላም ጡት ተዘቅዝቆ አለመፍሰሱ እንቁላል ነፍስ አውጥቶ መኼዱ
605. ሹካና ፓስታ
606. አርባ አራቱ ታቦታት
607. ቡሃቃ
608. ጣዝማ ማር
609. ክብሪት
610. ፊንጣ
611. ፍሪጅ
612. ሱፍ
613. ዕጣን
614. እሳት
615. አባ ጨጓሬ (አባ ጠጉሬ)
616. ብቅል
617. ብቅል
618. ሶፋ
619. አባ ጨጓሬ
620. እጅ
621. ኒያላ
622. አጥር
623. ጠመንጃ
624. መነጽር
625. ዐይነ ምድር
626. ፎቶግራፍ
627. እንጀራ እናት
628. በቅሎ
629. ግብጽ
630. መዶሻ
631. ምስማር
632. እውነት
633. ውሃ፣ ድንጋይ፣ አሸዋ
634. ዕንጨት
635. ድስት እና ጉልቻ
636. ቀንበር
637. ቀንበር፣ ፍቅር
638. የከተማ አውቶቢስ
639. ጨጓራ
640. ማማሰያ እና ወጥ፣ ምላስ እና ጥርስ
641. መርፌ
642. የባትሪ ዐይን

643. ውሃ፣ ድንጋይ፣ አሸዋ
644. መንሽ
645. ዱቄት አይፈጭም
646. ዓመት፣ ወራት፣ ቀናት
647. በቅሎ
648. ሰማይ
649. መሬት
650. የእራስ ጸጉር
651. የእናት ማሕፀን
652. ሞፈር
653. ብርሌ
654. እንስራ
655. ኮራጅ
656. እንስራ
657. ከበሮ
658. የሲጋራ መተርኮሻ
659. በቆሎ
660. ጉንዳን
661. መርፌ
662. ማስነጠስ
663. ባቄላ
664. በወንዝ ውስጥ አሸዋ፣ ቄጠማ፣ ውሃ
665. ቄላ
666. ደጋ
667. ልኳንዳ ቤት
668. የሸማኔ መወርወርያ
669. ሀገር
670. ስንዴ
671. ፍልፈል
672. የወስፌ እራስ
673. ማጭድ
674. አይጥ
675. ዘነዘና
676. የቡና ፍሬ፣ የስንዴ ፍሬ
677. ባሕር ዛፍ
678. ጸሐፊ
679. ጥልቆ
680. መጅ
681. በግ
682. ሰዐት
683. ማሰሮ፣ ጀበና
684. ሽንብራ
685. ማራቶን
686. ጤፍ
687. የኢትዮጵያ ሯጮች
688. ኤች አይቪ ኤድስ
689. ሻለቃ ኃይሌ ገብረ ሥላሴ
690. ነቀዝ
691. ያረገዘች ሴት
692. በሆድ ያለ ጽንስና ምግብ
693. ስፌት፣ ሰፌድ፣ ክብሪትና ቀፎ የክብሪት ዘንግ ይኾን
694. ጉም፣ ጸጉር
695. የበቆሎ እሸት
696. ቤንዚን ማደያ
697. ጉልቻ
698. ማጨሻ
699. የላይና የታች ከንፈር
700. ንብ
701. ቅማል
702. ቅማል-ቁንጫ
703. ገንፎ
704. ዕድሜ

705. በለስ
706. ዕጣን
707. በቆሎ
708. ጭር ያለች ዶሮ
709. የሌሊት ወፍ
710. ሞት
711. ጌሾ
712. የእንጀራ ምጣድ
713. ቅቤ
714. ካዝና
715. ቅቤ
716. ጡት
717. ጅራፍ
718. ጠበንጃ
719. ጀበና እና ስኒ
720. ከበሮ
721. ጅራፍ
722. ጠመንጃ
723. ጅራፍ
724. ሚስማር
725. እጅ
726. ምስማር
727. ማሲንቆ
728. ማሲንቆ
729. ጀበና
730. ዝንብ
731. ቁም ሳጥን
732. ቅባት
733. ድንች
734. እንዝርት
735. እንቁላል
736. ከበሮ
737. ምላስ
738. ንብ
739. ማዲያት
740. ሰርግ፣ጋብቻ፣ልጅ
741. በቆሎ
742. ሀብል
743. ቁልፍ፣ ጓጉንቸር
744. በቅሎ
745. የሰጐን እንቁላል
746. ዶሮ
747. እናቲቱ ጠመንጃ ልጅቱ ጥይት
748. እናት ንብ ልጅ ማር
749. ስም
750. ከንፈር
751. እንጀራ አባት
752. ሴት ልጅ
753. አዳም
754. ስም
755. በርበሬ
756. ዘነዘናና ሙቀጫ
757. ጀበናና ስኒ
758. የቤት ቁልፍ/ሙቀጫና ዘነዘና
759. ጥቁር ላምና ወተቷ
760. በቅሎ
761. የስልቻ ማሰሪያ ጠፍር፣ የአቁማዳ ጠፍር፣ መቋጠሪያ ገመድ
762. መስተዋት
763. ሬዲዮ
764. ጥላ

765. እንግዴ ልጅ
766. ጥላ
767. እንጀሪ
768. ሐሳብ
769. ድመት
770. ድመት
771. ቆራሌ
772. በቆሎ
773. በቆሎ
774. ቆጬ
775. ሰርዶ
776. መጽሐፍ
777. ኩራት
778. ጀሮ
779. ዶ/ር አክሊሉ ለማ
780. ቁንጫ
781. ምስጥ
782. ምላስ
783. ጀርባ፣ ደረት
784. ጨረቃ
785. ዋዋቴ
786. ምራቅ
787. እንዝርት
788. ክራባት
789. ግራምጣ
790. የሀገር አስተዳዳሪ ወይም መሪ
791. ዳንት
792. ቅማል
793. ሊፒስቲክ
794. ሶፍት
795. ሞባይል
796. የጭነት መኪናና ተሳቢው
797. መንሽ
798. ዐልጋ
799. ጉም
800. ሰዐት
801. እንዝርት
802. ፀሓይ
803. ደወል

ምዕራፍ 13 "ከ" ዕንቆቅልሽ

804. ከኹሉም ተመሳስላ የምትኖር።
805. ከኼደች የማትመለስ፤ ከታጠፈች የማትቀለስ።
806. ከኋላ ትከተላለች፤ ቀድማ ትቀመጣለች።
807. ከላይ ጥቅጥቅ ያለ ጫካ፣ ከስር ሰፊ ሜዳ፣ ከታች ኹለት ቀጫጭን ቱቦዎች።
808. ከልብ ያልመጣ፤ ከአፍ የሚወጣ።
809. ከመሬት ወደቀ፤ አንስቼ ብይዘው አለቀ።
810. ከሙብልስ ጣፋጭ ማነው።
811. ከመጣሙ የመላሙ።
812. ከሚንቀሳቀስ ትልቅ ግንድላ የሚወጣ፣ ሲቀመስ ጣፍጫ።
813. ከማዶ ጫካ ውስጥ ጥጆች ይግጣሉ።
814. ከሜዳ ማን ይውላል።
815. ከምጣድ ላይ ትንሽ እንጎቻ።
816. ከሰማይ የሚወርድ ሚሳይል፤ ብርሃን አብርቶ የሚገድል።
817. ከሰማይ የሚወርድ ጥጥ።
818. ከሱፍ መኻል ከበቀለ ኑግ፤ ብርሃን ይንቦገቦግ።
819. ከስፍራዋ ሳትላወስ፤ እሩቅ አገር ትደርስ።
820. ከሩቅ ሳየው ነጭ፤ ስቀርበው የማይታይ።
821. ከርስ ምድር ያለ የደም ቋጠሮ።
822. ከቀዝቃዛ ቤት አውጥተውኝ፤ በቀይ ዘንዶ አስላሱኝ።
823. ከቀጭን ሸለቆ፣ ነጭ ሐረግ ይመዘዝ።
824. ከቴላ ደጋ የለፋኹበትን፤ ኩበት ጋሻ ኾኖ ቀማኝ ገንዘቤን።
825. ከባሕር ውስጥ ያለው ሞገድ፤ መርከብን ልፎ የሚወስድ።
826. ከባላ ላይ ባሕር፣ ከባሕር ላይ መቃ፣ ከመቃ ላይ ቅል፣ ከቅል ላይ ጭድ፣ ከጭድ ላይ ትል።

827. ከባዕድ ወግኖ ዘሩን የሚያስጨርስ፣ የወገን ቀበኛ፤ ቤታችን አይምጣ፣ አይበጀንም ለእኛ።
828. ከቤት ሲወጣ ክንፍ የለው፤ መሬት ሲደርስ ከየት አመጣው።
829. ከቤት ጠርዝ ተጋድሞ፤ የሚሸና ዘንዶ።
830. ከተራ ማን ይውላል።
831. ከተራራ ሥር የሚፈልቅ ነጭ መግል።
832. ከተራራ ሥር የሚፈልቅ ጨውማ ምንጭ።
833. ከተወሰዱ በኋላ የሚያገኙት።
834. ከትልቅ ዋሻ ውስጥ የሚመነጭ ምንጭ።
835. ከትንሽ ሜዳ ላይ ጤዛ አይታጣም።
836. ከነጭ ሜዳ፣ ቆሻሻ የሚያጸዳ።
837. ከነጭ ድንጋይ የሚወጡ፤ በፈንግል በሽታ የሚናጡ።
838. ከአረህ ማን ይውላል።
839. ከአረጀም በኋላ ለጋስ።
840. ከአባቷ ትበልጣለች፤ ከእናቷ ታንሳለች።
841. ከአናት ላይ አውልቀው፣ የሚወረውሩት ባርኔጣ።
842. ከአጥንታቸው ይልቅ ላባቸው የበለጠ የሚከብድ የወፍ ዘር።
843. ከእማማ ትከሻ የማይወርድ፣ ምስጢረኛዋ ልጅ።
844. ከእናቷ ሆድ እንደ ወጣች እናቷን በእርግጫ።
845. ከእናቷ ሆድ እንደ ወጣች፣ እናቷን በእርግጫ የምትመታ።
846. ከዕንጨት የወጣች ተወድሬ፤ ምን እየበላች ሣር እንደ በሬ።
847. ከእናቷ ሆድ ወጥታ፣ እናቷን የምትረግጥ።
848. ከእግሩ በታች በመሬት ውስጥ።
849. ከእግሩ በታች በመሬት ውስጥ፣ ከእግሩ በላይ በሰማይ።
850. ከእግሩ በታች ከመሬት ውስጥ፣ ከእግሩ በላይ ላይ በሰማይ።
851. ከወደ ጅቡቲ የመጡ ዘንዶዎች ሕይወት አድን ተሽካሚዎች።

852. ከወገብ ተጣብቃ፣ ሚሚ አንድ ፍሬዋ ማቃለጥዋ።

853. ከውሃ ተፈጥሮ፣ በውሃ የሚጠፉ።

854. ከውሃ ጋር ተባብራ፣ ግብግብ ገጥማ፤ ከዕድፍ ጋራ ገላዋ ቀልጦ የሚፈራርስ፤ የሰው ልጅ የውበት ቅርስ።

855. ከዚህ ብወረውር፣ ዐባይን አሻግር።

856. ከዚህ እስከ ራያ፣ ተገትሯል ነጭ አህያ።

857. ከዚያ ማዶ ጎጆ ዕርጎ።

858. ከዱር ውስጥ ጥቁር ላም ትግጥ።

859. ከዱር ገብታ ዋይ! ዋይ!።

860. ከዳገት የሚወረወር ነጭ አረፋ።

861. ከገበያ ዝምተኛ፤ ከቤት ጫጫተኛ።

862. ከገንዘብ መልካም ማነው።

863. ከግቢ የሚፈስ የዐባይ ፏፏቴ።

864. ከጠፉ ዳግም የማይመጣ የሴት የወግ ዕቃ።

865. ከጣሪያ ቁልቁል የሚሸና።

866. ከጥቁር ሜዳ ላይ ነጭ አህያ።

867. ከጥቁር ሜዳ ነጭ አመድ የሚያፀዳ።

868. ከጫካ ሳልወጣ በሕይወቴ፤ የጠርሙስ ክዳን ኾኜ መገኘቴ ያለችው ማን ናት።

869. ከፏፏቴ የሚወረወር ትኩስ ወተት።

870. ከፓኬት ውስጥ መዘው፤ ልብሴን አውልቀው ጥለው፤ ጣፋጩን ወዜን መጠው፤ አጥንቴን ጣሉት አላምጠው።

871. ኩል ተኩላ ገብያ የምትወጣ።

872. ኪስ ተሽጉጣ፣ ሲያሻት ተይዛ እልልታ የምታቀልጥ።

873. ካልሰጡት የማይሰጥ፣ ሰጥቶ የሚነሣ ለጋስ።

874. ከምር የአፈር ቤት፣ የተሠራ በትንንሽ ነፍሳት፣ በረሃ የሚገኝ ድብኝት።

875. ከረምት ከበጋ የማይደርቅ ጨውማ፣ ከኹለት ፋብሪካዎች የሚፈልቅ።

876. ከብ የቄዳ ስልቻ፣ ሲጠልዙት የማይቆስል።

877. ከንፉ ረግፎ በእግሩ የሚኼድ፣ ወፍም የሚበላው።

878. ከንፍ ሳይኖር ሰማያዊውን ቀዝቃዛ ሰማይ በደረት ማስነካት።

879. ኮፍኳፊት ሞላጭትን ወለደች፤ ሞላጭትም ኮፍኳፊትን ወለደች።

880. ኮፍያዋን አውልቃ ዘር የምትዘራ።

ምዕራፍ 13 "ከ" የዕንቆቅልሽ መልስ

804. እስስት
805. ልጅነት፣ ሕፃንነት
806. ቂጥ
807. ጸጉር፣ ግንባር፣ አፍንጫ
808. መግደርደር
809. በረዶ
810. ማርና ስኳር
811. ሙዝ፣ ገንፎ
812. የሰው ላብ
813. ቅማል
814. ፈረሰኛ
815. ጨረቃ
816. መብረቅ
817. በረዶ
818. ዐይን
819. ዐይን፣ ሐሳብ
820. ደመና
821. ቀይ ሥር
822. ጀላቲን
823. ንፍጥ
824. የንብ ማር ሲቈረጥ
825. ማዕበል
826. እግር፣ ሆድ፣ አንገት፣ እራስ፣ ጸጉር፣ ቅማል
827. የመጥረቢያ ዛቢያ
828. አየር ወለድ
829. ጎረንዳዮ፣ አሸንዳ
830. ንጉሥ፣ መነጽር
831. ሱረት
832. እንባ
833. ጥርስ
834. ምራቅ
835. የከብት አፍንጫ
836. ላጺስ

837. ጫጩቶች
838. ነፍጠኛ
839. መሬት
840. በቅሎ
841. ቆርኪ
842. ጣኦስ (ፒኮክ)
843. የሴት ቦርሳ
844. ከብሪት
845. ከብሪት
846. እሳት
847. ከብሪት
848. ሽማኔ
849. እግዚአብሔር
850. ሽማኔ
851. ባቡር
852. ሞባይል
853. ጨው
854. ሳሙና
855. ዐይን
856. ድንጋይ
857. ንፍጥ
858. የጾጉር ቅማል
859. መጥረቢያ
860. ፏፏቴ
861. ተልባ
862. ወርቅ
863. ከግቢ የሚፈስ የቧንቧ ውሃ
864. ድንግል
865. አሸንዳ
866. ጠመኔ
867. ዳስተር
868. ቆርኪ
869. ዐረፋ
870. ማስቲካ
871. ባቄላ
872. የእጅ ስልክ (ሞባይል)
873. መሬት
874. ኩይሳ
875. እንባ
876. ኳስ
877. አሸን
878. ዋና
879. ዶሮና እንቁላል
880. እስኪሪብቶ

ምዕራፍ 14 "ወ" ዕንቆቅልሽ

881. ወለተ ሃና፣ እሷው ፈትላ እሷው ሸማኔ።
882. ወረተኛ፣ የትም ገብቶ የሚሰነቀር፤ ደንታ ቢስ ለጎያሉ ፍቅር።
883. ወቂራ ወቂራ ከመሬት ተቀርቅራ።
884. ወተቱ ጥቁር ማለቢያው ነጭ።

885. ወተቷ ይጠጣ ሥጋዋ አይበላ።
886. ወንዝ ለወንዝ ሰርገኛ፤ አረህ ለአረህ ከራረኛ።
887. ወንዝ መሻገር ተስኖት፤ ውሃ ጠጥቶ የሚሞት።
888. ወንዝ እየዋለ እጁን የማይታጠብ፤ ጎምላላው ሰው መሳይ ሰው።
889. ወንድሙ ላይ የሚሸና።
890. ወንድሙን ወንድሙ ያወጣው።
891. ወንድሜ በአንገቱ አጥልቆት ያመጣው ቀለበት፤ ዘመድ አዝማዱን ልሶ ጨረሰው።
892. ወደ ቀኝ ሲነበብ ተቀጣጣይ ፈሳሽ፤ ወደ ግራ ሲነበብ አየር አጥታ ከኾነ ትርጉሙ ያ ቃል።
893. ወድቆ የማይሰበር፤ ሞቶ የማይቀበር፤ አባቴ የሰጠኝ ወንበር ምንድን ነዉ።
894. ወገበ ጉባጣ፤ አገሩን ኹሉ ቆምጣ ቆምጣ።
895. ወገቧ ተተብትቦ በድር፤ በባዶ ሆድዋ የምትሾር።
896. ዋሻ ላይ ተንጠልጥላ የቀረች ሥጋ።
897. ዋሻ ውስጥ ኾና የምትውለበለብ።
898. ውሃ በውሃ የኾነ፤ አካሉ ተልጦ የሚበላ ወደሉ።
899. ውሃ ብጠጣም ምንም አልሸናም።
900. ውሃ እይዛለኹ፤ እሳት እፈራለኹ፤ እኔ ማነኝ።
901. ውሃ ውስጥ እየኖረ መሬትና ድንጋይ የሚልስ።
902. ውሃ ውስጥ ይታያል ግን መቼም አይረጥብም።
903. ውሃ ጠጥታ የማትሸና።
904. ውሃ ፈሪ ገደል ደፋሪ።
905. ውኃ ፈሪ፣ ገደል ደፋሪ።
906. ውሃ ፈሪ ፀሓይ ደፋሪ።
907. ውሃና እሳት ሲነኩት ጥምልምል የሚል ረጅም አንጀት።

908. ውሃው ላይ የሚቀመጥ ገመድ፤ ገመድ ላይ የሚቀመጥ እሳት።

909. ውርጭስ ማነው።

ምዕራፍ 14 "ወ" የዕንቆቅልሽ መልስ

881. ሸረሪት
882. አመንዝራ/ ሴሰኛ
883. ጣዝማ
884. ቡና
885. የሰው እናት
886. ዕንቁራሪት እና ጅግራ
887. እሳት
888. ዝንጀሮ
889. ጆግ፣ ማስታጠቢያ፣ ማንቆርቆሪያ
890. እሾኽ
891. ምሳር፣ መጥረቢያ
892. ታፍና
893. ስም
894. ማጭድ
895. እንዝርት
896. እንጥል
897. ምላስ
898. ድንች
899. ዶሮ
900. ፕላስቲክ ጀሪካን
901. ዐሣ
902. ነጸብራቅ ድንጋይ ዐለት
903. ዶሮ
904. እሳት
905. ጉንዳን፣ ቁጫጭ
906. ጨው
907. ፓስታ
908. ኩራዝ
909. ሲበሉ ማየት

ምዕራፍ 15 "ዘ" ዕንቆቅልሽ

910. ዘመን ሲለወጥ የምትመጣ፣ በአበባ ያሸበረቀች እንግዳ።

911. ዘመድ የሌለው፣ ወዳጅ ግን አያጣም።

912. ዘመዶቹ ርቀውት ጉማጅ የቀረው፤ ውጪውን ወራጁን አንደባለለው።

913. ዘራቸው አንድ፣ አበቃቀላቸው ለየቅል።

914. ዘራቸው አንድ፣ አበቃቀላቸው ጐንና ኋላ።

915. ዘር የተዘራበት፤ ጥበብ የፈካበት ሰፊ ሜዳ።

916. ዘጠኝ ቀዳዳዎች ያሉት።

917. ዘጠኝ አፈ ደረቅ፣ ሦስት አፈ ለምለም፣ ዐምስት የአውራሪስ ቀንድ።

918. ዘጠኝ አፈ ደረቅ፣ ኹለት አፈ ለምለም፣ ሦስት አፈ ከፋታ።

919. ዘጠኝ ወር ብኖርበትም ዳግም አልተመለስኩበትም።

920. ዙሪያ ጥምጥሙ በመሬት ተከቦ፤ እመኻሉ ላይ የዐሣ ዳቦ።

921. ዙሪያሽን ውቢት፤ ዓለም አይቶ በቃኝ የማይላት፤ ሳሎን ተኮፍሳ ለፍላፊት።

922. ዙራ ዙራ ፈልጋ፤ ከእሳት የምትገባ።

923. ዙርያዉ ዘንዶ፣ መኻሉ ብርንዶ።

924. ዛሬ ተወልጄ ዛሬ ደረስኩኝ፤ ለሰው ልጅ በሥጋ ምትክ ኾንኩኝ፤ በክረምት እንጂ በበጋ አልገኝ።

925. ዛሬም ነገም ኀተራው የማይሞላ ውጦ የማይበቃው ትልቅ ኀላ።

926. ዛፍ ውድቅ፤ ደም ድልቅ፤ ውሃ ፍልቅ።

927. ዞራ ዞራ ማደሪያዋ በር ሥር።

928. ዞራ ዞራ ጥፊ ቀማሽ።

929. ዞሮ ዞሮ መዝጊያው ጭራሮ።

930. ዞሮ ዞሮ እራቱ ጥፊ።

931. ዞሮ ዞሮ እግሩን የማይታጠብ።

ምዕራፍ 15 "ዘ" የዕንቆቅልሽ መልስ

910. እንቁጣጣሽ

911. ፈጣሪ

912. ጉቶ

913. ጀሮና ቀንድ

914. ጆሮና ቀንድ

915. ብራና፣ ወረቀት

916. ሰው

917. ከመስከረም እስከ ግንቦት-

ከሰኔ እስከ ነሐሴ፣ ጳጉሜ
918. ሐምሌ ነሐሴ፣ ዘጠኝ ወር
ቢጋ፣ የወንድ ሱሪ
919. የእናት ሆድ
920. ሀይቅ
921. ቴሌቪዥን
922. የእሳት ራት
923. ምድጃ፣ ከተር፣ ፍም
924. እንጉዳይ
925. ሆድ
926. ሞት፣ የከበሮ ድምጽ፣ እንባ
927. ዱላ፣ ጦር
928. ወንፊት
929. ዐይን
930. ወንፊት
931. ጥላ፣ ከዘራ

ምዕራፍ 16 "ዠ" ዕንቆቅልሽ

932. ዠልጦ ተልትሎ የሚያቅራራ፤ የራሱን ገላ በራሱ የሚገራ።

ምዕራፍ 16 "ዠ" የዕንቆቅልሽ መልስ

932. ጅራፍ

ምዕራፍ 17 "የ" ዕንቆቅልሽ

933. የጎምሳ ብር ወረት ያልቃል በፉጨት።
934. የጎዘን ወንዝ።
935. የሆዱ ነገር የማይኾንለት፤ ሰማይን የማይችል ማየት።
936. የላሜ ቦራ ነጬ ጥጥ፤ እሳት ሲመታው የሚቀልጥ።
937. የላት ገሳ (የዝናብ መከላከያ) ኑሮዋ ምድር ምሳ።
938. የላይኛው ቤት ሳይዘጋ ያድራል።
939. የሌለ ሥጋ እየመተሩ መብላት፤ ጮም ጉፋያ ሳይመርጡ መከካት።
940. የሌሊት አንበሳ ሰማይ የማይበቃው፤ ቀንን ፈርቶ ምን አስደበቀው።

941. የልብስ ዘርፍ ማነው።
942. የልጆችዋን እድፍ ለማስለቀቅ ገጥማ በሰፊው ትንቅንቅ ሰውነቷ ሟሙቶ የሚያልቅ።
943. የሎሚ ሽታ ሽታ (ተባይ)።
944. የመከፋት ጓዝ።
945. የሚሸት የሚያተኩስ፤ እራሱን ወደ ምድር ቀብሮ የሚኖር፤ ሰው ፈልፍሎ የሚያወጣው።
946. የሚበላው ግንድ፤ የሚቀዝነው አመድ።
947. የሚበጅ የማይበጀውን ለይቼ፤ ስልጣኔን በነጭ ሜዳ ዘርቼ፤ ዓለምን የለወጥኩ ቀጭኑ ማረሻ።
948. የሚወረወር ነበልባል፤ መሬት ወድቆ የማያቃጥል።
949. የሚያበዛ እግር እግር ማየት፤ የማያተኩር በሌላ ሰውነት።
950. የሚያበዛ ያዙኝ ልቀቁኝ፤ የማያድን ሚስቱን ከጠላት።
951. የሚገመጥ የሚገሸለጥ፤ በ"ከ" ዘር ብቻ የሚያልቅ።
952. የማያልቅ መንገድ።
953. የማያበራ መብራት።
954. የማይሞቀው የማይበርደው፤ እተዘጋ ቤት የተኛው ዓለምን ትቶ የነጐደው።
955. የማይሸር ቁስል።
956. የማይቀዱት ኩሬ።
957. የማይነቃነቅ ግንድ።
958. የማይነድ ዕንጨት።
959. የማይነጋ ሌሊት።
960. የማይፈርጥ መግል።
961. የማዶ ውሃ ፈሶ አያልቅም።

962. የሜክሲኮን ማራቶን ተቆጣጥሮ፤ ጀግንነቱን በትግል አስመስክሮ፤ አረንጓዴ ቢጫ ቀይ ባንዲራችንን ያኮራው ማነው።

963. የምዕራብ አፍሪካ ንስሮች አረንጓዴ በአረንጓዴ ለባሾች።

964. የሠራኝ ይሸጠኛል፤ የገዛኝ አይጠቀምብኝም፤ የሚጠቀምብኝ አያየኝም።

965. የሰው ማጣፈጫ።

966. የሰው ትልቅ።

967. የሰጡትን የሚበላ፤ ውሃ ሲያጠጡት የሚሞት።

968. የሳንባ ጸር ማነቂያ፤ በከንፈር ሳም የሚደረግ መፋቂያ።

969. የሴት አያትኽ ሴት ልጅ፣ የሴት ልጅኽ አያት ለአንተ ምንኽ ናት።

970. የሸማኔ ጉርጓድ የጐበጠች፤ አባባን ይዛ ነጐደች፤ መሬት ለመሬት እያጓራች።

971. የሸኛቸውን የማያሰናብቱ ኩራተኞች።

972. የሸዋ መንገድ ዘወርዋራ።

973. የሺ እናት መቀነት የላት።

974. የቅርብ ገሥጋሽ፤ የሩቅ ተመላሽ።

975. የቅቤ እንነቻ፣ የሰው ጉልቻ፣ በልቼም አይቼም መጣኹ።

976. የበለጸገ ሳይሠራ፤ በመንጠቆ እራሱን ያኮራ፤ ዐይን አውጣ ጭልፊት አሞራ።

977. የበሬዬ መልበስት፣ በእየሰርጉ ጨኸት።

978. የበሬዬ መልበስት፣ በየሰርጉ ጨኸት።

979. የበግ ንጉሥ።

980. የባሌ ወንድም፣ የወንድሜ ልጅ ያለችው።

981. የቤት መዝጊያዋ ጭራሮ።

982. የቤት ቀጋ የውጭ ዐልጋ።

983. የቤት ውስጥ ሚጥሚጣ፣ ጥግ ላይ ተቀምጣ።

984. የቤት ውስጥ ወንፊት ቁልቁል የተዘቀዘቀው ዐባይን አምጥቶ ቤቴ አዘነበው።

985. የብስ ዕርሙ፤ ባሕር ወንድሙ።

986. የብር ቼክ ይዞ እየዞረ፣ ለራሱ ሳይኾን ለሰው ገበረ።

987. የተለያየ የሰው ዘር የሰፈረበት ድብልብል የራስ ቅል።

988. የተዘጋ ቤት በርግዶ የሚወጣ ፈንጂ፣ ሰፈሩን በከለው።

989. የተገላቢጦሽ፣ ልጅቱን የእናት እናት አሉሽ።

990. የትም ቢኼዱ አላጣቸው፤ ጠዋት ቢያመልጡ የቀን ናቸው፤ የቀኑን ቢያልፉ ማታ ጣልኳቸው፤ ማንነኝ።

991. የትም ቢኼዱ አላጣቸው፤ ጠዋት ቢያመልጡ የቀን ናቸው፤ የቀኑን ቢያልፉ ማታ ጧልኳቸው፤ማን ናቸው።

992. የንቧን ቅቤ ቀብተውኝ፤ ምነው በእሳት አጋዩኝ።

993. የአህያ መቃብር።

994. የአህያ ንጉሥ።

995. የአራዊት ንጉሥ።

996. የአበባ ሳጥን፣ ቤት ያለው፤ ሲዳሰስ ኹለመና ገላው ልብ የሚሰውር ድምጽ አለው።

997. የአበባ ቂጣ የሚጣፍጠው ለሰው ኹሉ መድኀኒት ኾነው።

998. የአበባው ማሳ ጉደኛው ጣፋጭ ስኳር ያበቅላል ከጓሮው።

999. የአበደች ጋለሞታ እናቷን ትመታ።

1000. የአባባ ደጋን ጨምድዶ የሚይዘው ዕንጨት ከዕንጨት የሚያላትመው።

1001. የዐባዩ መሬት ሲጫር ውስጡ ብር በብር።

1002. የዐባዩ ቀበቶ ዙሪያ ጥምጥሙ ግቢ የሚያስከብር እሾሃሙ።

1003. የአያ አረቦ ቤት ከውስጡ ነፍስ አድን ወጣበት።

1004. የአፋፉ ላይ ጎጆ በሩ ኹለት ነው።

1005. የአፍ ፍቅረኛ።

1006. የአፍሪካ አንበሶች የእግር ኳስ ፈርጦች።

1007. የአፍሪካ እግር ኳስ ዝነኞች የዐባይ ተፋሰስ ፈርኦኖች።

1008. የኢትዮጵያ ታላቅ ልጅ ትንንሽ ወንድሞቹን አስከትሎ ለስደተኝነት እሰው ሀገር የሚገሰግስ።

1009. የዓለም ሕዝብ የሚፈራው፤ ዝንጀሮ አምጥቶ ነዛ የተባለው ተውሳክ።

1010. የዓለም እግር ኳስ እመቤት በውብ ጨዋታዋ ዓለም የሚደነቃት ቢጫ ማሊያ ያሸበረቃት ይህች የላቲኗ ሀገር ማን ናት።

1011. የዓለምን ዳርቻ ያካለለ፤ በየቤቱ ገብቶ ያንደባለለ፤ ማዳኛው ጠፍቶ የፎለለ።

1012. የእመት ቀበጢና መቀነቷ መቶ ከዘጠና።

1013. የእማማ ትልቅ ቤት ብዙ ዘመን የማይኖርበት።

1014. የእማዬ ብርድ ልብስ አቤት ሙቀቱ! ነጩን በድን ሕይወት መዝራቱ።

1015. የእራሷን ቀዳዳ ሳትሰፋ የሰው ቀዳዳ የምትሰፋ።

1016. የእርሶ ነው ግን ሌላው ሰው ከእርሶ የበለጠ ይጠቀመዋል።

1017. የእናቴ መቀነት ብተረትረው አያልቅም።

1018. የእናቴን መቀነት ብጠመጥመው ብጠመጥመው የማያልቅ።

1019. የዕንጨት ሬሳ።

1020. የዕንጨት ትልቅ።

1021. የእግዜር ሆድ ሲጉረመረም ቀውጢ ትኾናለች ዓለም።

1022. የከብት ትልቅ።

1023. የከፉ ላም ማሰርያዋ እሳት።

1024. የከፋት ምንጭ።

1025. የወንዱ ጦር የተወረወረው መርዝ ሳይኖረው የሴቷ ግን መርዛም ነው።

1026. የወገን ወልጋዳ፣ ወገኑን ይጐዳ።

1027. የወጥ ማጣፈጫ።

1028. የዚህ ዓለም ትርፉ ምንድር ነው።

1029. የደስታ መካፈያ አዋጅ።

1030. የደስታ ማለፊያ ነው።

1031. የደስታ ሳንቃ ማነው።

1032. የዲያብሎስ ልብ።

1033. የድንጋይ ንጉሥ የቅጠል ንጉሥ።

1034. የዶሮዋ እንቁላል ቀበጠች ጠረጴዛ ላይ ደነሰች።

1035. የጃርት ልብስ።

1036. የገዛ ወንድሙ ልጁ፤ የገዛ ልጁ ወንድሙ።

1037. የጊደር አራዳ የግንድ ጎማዳ፤ ያን ይዞ እምቧ ዘገዳ።

1038. የጋራ ሥር ስልቻ፣ ሕፃን ልጅ መከተቻ።

1039. የጋን፣ እንስራ፣ ጀበናው ክብ ማረፊያ ሶፋው።

1040. የግብዣ ጥሪ ሳይደርሳት ከተፍ የምትል ቆሻሻ አዛዴት።

1041. የጐረሠው አተኮሰው።

1042. የጎበዝ ቤት፣ ክፍቱን ውሎ ክፍቱን ያድር።

1043. የጎበዝ ጎሬ፣ ክፍቱን ውሎ ክፍቱን ያድራል።

1044. የጎበዝ ጎጆ፣ ክፍት ውሎ ክፍት ያድር።

1045. የጎድን አጥንት፣ ጠንካራ የማይቈረጥ በካራ።

1046. የጠገበች ጥጃ፤ እናቷን በርግጫ።

1047. የጡት መዓት መሬት ወድቆ የሚተራመስ፤ ጐረሥ ሲያደርጉት ሕይወት የሚያድስ።

1048. የጣለችውን በጠጥ መልሳ የምትቦጠቡጥ።

1049. የጥረት ውጤት ለአንድ ቀን የሚደርቡት፤ ሠርከ
የማያገኙት ጥቁር ካባ።

1050. የጥቁር ሕዝብ የመረጣት ውብ ጎጆ፤ የአንድነት አረንጓዴ
ቢጫ ቀይ መቀነት፤ የነጻነት ህብረ ተምሳሌት።

1051. የጥቁር ሴቶች ተምሳሌት፤ በአትላንታ ማራቶን እመቤት።

1052. የፍራፍሬዎች ንጉሥ ተጨምቆ የሚቀመስ፤ ተልጦ
የሚጕረሥ።

1053. የፍየል ንጉሥ።

1054. ያ! ቂጤ ላይ ያለው ያዘልኩት፤ ሥራን የሚደመሰስ
ጠላት።

1055. ያለ ቢላዋ ሥጋ በአፏ፤ ያለ ጽዋ ደም በከንፈሯ።

1056. ያለ አንድ ቀን ፀሐይ አይቶ የማያውቅ።

1057. ያረገዘች(ው) እናቱ፣ የወለደች(ው) እህቱ፣ ያዋለደ(ው)
አጎቱ።

1058. ያበደች ጋለሞታ፣ እናቷን ትመታ።

1059. ያን ለሰው የማይበጀውን፣ ሂሮሽማን ዶግ አመድ
ያደረገውን፣ ሠርቶ እንኩ ያለን።

1060. ያያል እንጂ አይሰማም።

1061. ይሠሩብኛል፣ ቆቤን ያወልቁብኛል።

1062. ይስሙኛል ብዬ ስጠብቃቸው፣ ልብሴን አውልቀው
አላመጡኝ።

1063. ይቻላል! ብሎ የቻለ ዝናው በኦሎምፒክ ገና ዓለምን
ያካለለ ጀግና በሩጫ አንቱ የተባለ።

ምዕራፍ 17 "የ" የዕንቆቅልሽ መልስ

933. ቡና
934. ለቅሶ
935. አሳማ
936. ቅቤ
937. አይጥ
938. አፍንጫ
939. ሐሜት
940. የሌሊት ወፍ
941. ጭፍራ
942. ሳሙና
943. ቱኳን
944. ትካዜ
945. ነጭ ሽንኩርት
946. እሳት
947. ብዕር
948. ተወርዋሪ ኮከብ
949. ሊስትሮ
950. አውራ ዶሮ
951. ኮከ
952. ደምነት
953. ሰነፍ ልጅ
954. ዐፅም
955. ስድብ
956. እንባ
957. ክፉ ጎረቤት
958. ሰነፍ ቤተ ዘመድ
959. ክፉ ሴት
960. ቂም
961. ትንፋሽ
962. ሻምበል ማሞ ወልዴ
963. ናይጄሪያ
964. የሬሳ ሳጥን
965. ሃይማኖትና ምግባር
966. አስታራቂ ሽማግሌ
967. እሳት
968. ሲጋራ
969. እናት
970. ቮልስዋገን
971. ሙታን
972. ሃዲድ
973. ዶሮ
974. ልብ
975. ውሸት
976. ሌባ
977. ከበሮ
978. ከበሮ
979. ተኩላ
980. ወንድሟ ከአማቷ የወለደውን
981. ዐይን
982. ክፉ ሚስት፣ ክፉ ባል፣ ክፉ ዘመድ
983. ስልክ
984. ባኞ
985. መርከብ
986. ሎተሪ ሻጭ
987. ሉል
988. ፈስ
989. የውሃ እናት
990. ሞት

991. ሕይወት ያለው ነገር ኹሉ
992. ጧፍ
993. የጅብ ሆድ
994. ጅብ
995. አንበሳ
996. ኦርጋን
997. ማር
998. ስኳር ድንች
999. ሙቀጫና ዘነዘና
1000. ሞርሳ
1001. ፈጣን ሎተሪ
1002. ሽቦ
1003. ዳቦ ቤት
1004. አፍንጫ
1005. እጅ
1006. ካሜሮን
1007. ግብጾች
1008. ዐባይ
1009. ኤድስ
1010. ብራዚል
1011. ኤድስ
1012. እንዝርትና ልቃቂት፣ ሸረሪትና ድር
1013. ማህጸን
1014. እንቁላል
1015. መርፌ
1016. ስም
1017. መንገድ
1018. መንገድ
1019. አመድ
1020. ዋንዛ፣ ጥጥ፣ ኮሶ
1021. ነጎድጓድ
1022. አውራ ዶሮ
1023. ንብ
1024. ዲያብሎስ
1025. ሴት የወባ ትንኝ
1026. የመጥረቢያ ዛቢያ እጀታው ከዕንጨት የተሠራ
1027. ጨውና ቅቤ፣ ቅመም
1028. መብላት መጠጣት፣ ጥጋብና ኩራት
1029. እልልታ
1030. ዘፈን
1031. ሣቅ
1032. ከፋት
1033. ጨው እና በርበሬ
1034. ጠረጴዛ ቴኒስ
1035. እሾኽ
1036. የፍየል ልጅ ፍየል
1037. የከበሮ ቈዳ፣ ከበሮ የሚመታበት ዕንጨት ከበሮው ሲመታ ዘፈኑና ጨዋታው
1038. የካንጋሮ ከረጢት
1039. ማህቶት፣ ማቶት
1040. ዝንብ
1041. ጠመንጃ
1042. የጅብ ጉርጓድ፣ የአይጥ ጉርጓድ፣ ዋሻ
1043. የጅብ የአይጥ ጉርጓድ
1044. የአይጥ ጉርጓድ ወይም የጅብ ጎሬ
1045. ባሌስትራ
1046. ክብሪት
1047. ዝኩኒ

1048. ሽኮኮ
1049. መመረቂያ ገዋን
1050. ኢትዮጵያ
1051. ፋጡማ ሮባ
1052. አቡካዶ
1053. ነብር
1054. ላጲስ
1055. ሐሜተኛ ሰው
1056. የቀይ ባሕር መሬት
1057. ቀለህ፣ ጠመንጃ፣ቃታ
1058. ዘነዘና
1059. አልበርት አነስታይን
1060. እባብ
1061. እስክሪብቶ
1062. ማስቲካ
1063. ሻለቃ ኀይሌ ገብረ ሥላሴ

ምዕራፍ 18 "ደ" ዕንቆቅልሽ

1064. ደም ጠጥታ፣ መግል ትቀዝናለች።
1065. ደረት ላይ ተኝቶ የሚያንቀላፋ ሻኛ።
1066. ደብድብ ብለው አዘውኝ፤ ሌባ ብለው ስም ሰጡኝ።
1067. ደጅዋን ዘግታ ዋይ! ዋይ!
1068. ደጇ ፏን ዘግታ ታጓራ።
1069. ዱር ኖሮ፣ አስፋልት የኾነ።
1070. ዱር ኾኖ፣ አስፋልት የኾነ።
1071. ዱር ውስጥ ገብቶ የማይንኮሻኮሽ።
1072. ዲያብሎስን ዙረው ፈልገው ገሃነመ እሳት የሚገቡ።
1073. ዳገት ላይ ያሉትን ኹለት ኳስ ዙሪያውን የሚያሳምር እርሳስ።
1074. ዳገት እርሙ፣ ሜዳ ወንድሙ።
1075. ድመጸ መረዋ፣ ሽጋው የሙዚቃ ንጉሥ ያበሻው።
1076. ድምጸ ጥሩ፣ ሠራዊተ ብዙ።

1077. ድብልብል ቈዳ ዱላ በዝቶባት፤ ስትሾልክ ቀዳዳ አግኝታ በድንገት፤ ሰነፉ ጥበቃ መያዝ አቅቶት፤ የሸረሪት ድር ጠልፎ አስቀራት የሸረሪት ድር ማነው።

1078. ድብቁን ገላ ደብቄ፣ ገደል አፋፍ ቀረኹ ተጣብቄ።

1079. ድንገተኛ ማነው።

1080. ድግኑ መትረየስ ጥይት የማይጐርሥ።

ምዕራፍ 18 "ደ" የዕንቆቅልሽ መልስ

1064. እሾኽ
1065. ጡት
1066. ሌባ ጎማ
1067. ተልባ
1068. ንፍሮ
1069. ራስ-በራ
1070. መላጣ
1071. ቅማል
1072. ጎጥአን
1073. ኩል መኳያ
1074. ውሃ
1075. ጥላሁን ገሠሠ
1076. አውራ ንብ
1077. የግብ መረብ
1078. ሙታንቲ
1079. አግኝቶ ማጣት፤ ተንቆ መኖር
1080. ቪዲዮ ካሜራ

ምዕራፍ 19 "ጀ" ዕንቆቅልሽ

1081. ጀግናውን ልብ ገዝግዞ፤ አንበሳን አፍዞ አደንዝዞ፤ ጐልማሳን ሰልቦ አቅነዝንዞ፤ ሰውነት የሚወር፤ ስሜትን አጃጅሎ የሚለቅ ተአምረኛ።

1082. ጅራት የሌላት እንኮይቲ፣ ድንጉጥና ፈሪዋ ሚጢጢጢት።

1083. ጅብ ውጪ ሲያገሳ፤ ግቢ ተኝቶ የሚፈሳ።

1084. ጆሮ እያለው የማይሰማ፤ አፍ እያለው የማይናገር።

ምዕራፍ 19 "ጀ" የዕንቆቅልሽ መልስ

1081. ፍቅር
1082. ሽኮኮ
1083. ውሻ
1084. እንስራ

ምዕራፍ 20 "ገ" ዕንቆቅልሽ

1085. ገራገር የማያቃጥል፣ አረንጓዴ የቃሪያ ዘር።
1086. ገርፎ የሚጠማጠም፣ ውጦ ከሆድ የሚያሰጥም።
1087. ገበያ ስትወጣ ዝምተኛ፤ እሳት ስትሞቅ ምላሰኛ።
1088. ገንፎ ሲቀናጣ ከዕንጨት ላይ ወጣ።
1089. ጉርጓድ ጫፍ የበቀለ ነጭና ጥቁር ጫካ።
1090. ጉች ጉች የጉልት ቀይ ካሮት፤ በአውደ ዓመት የሚቀራመቱት።
1091. ጉድ መጣ፣ አንገት የሌለው ሹም መጣ።
1092. ጉድ መጣ ጉድ መጣ፤ አሎሎ ዛፍ ላይ ወጣ።
1093. ጉድ መጣ ጉድ መጣ፤ አጥንት የሌለው ንጉሥ መጣ።
1094. ጉድ መጣ ጉድ መጣ፤ ከምድር ቅቤ ወጣ።
1095. ጉድ መጣ ጉድ መጣ፤ ከምድር ውስጥ ልቃቂት ወጣ።
1096. ጉድ መጣ ጉድ መጣ፤ ገንፎ ዛፍ ላይ ወጣ።
1097. ጋሻውን እየገተረ፣ ጦሩን እየወረወረ፣ ጭብጦውን እያኖረ የሚኼድ።
1098. ግልብጡ ድባብ፣ ዓለምን የማያቀራርብ።
1099. ግራ ቀኝ የሚንከራተቱ፤ በውሃ ተሞልተው ያጋቱ፤ ድብልብል ኳሶች በእግር የማይመቱ።
1100. ግት የላት፣ የሺ እናት።

1101. ግንዱ ወደ ላይ፣ ባላው ወደ ታች።

1102. ግዙፍ ጉልበተኛ፣ እባሕር ውስጥ የሚተኛ።

1103. ግድግዳ ሥር ተደብቆ፤ ሳያስቡት የሰው ቀልብ የሚገፍ በጩኸት።

1104. ጉርሾ፤ የሚነረት እንደ እንቁራሪት።

1105. ጎባጣ ጥርሳም፣ ሣር የሚበላ እንደ ላም።

1106. ጎባጣው ዘንዶ፣ ዕንጨትን ከዕንጨት አስሮ።

1107. ጎተራ ሙሉ እሾህ።

1108. ጎተራ ሙሉ ጨለማ።

1109. ጎተራ ሙሉ ጨረቃ።

1110. ጓሂን ጥላ ከሸሾች የማትመለስ።

ምዕራፍ 20 "ገ" የዕንቆቅልሽ መልስ

1085. ዝኩኒ
1086. ዘንዶ
1087. ፈንድሻ
1088. ሙዝ
1089. ሪዝ
1090. ቅርጫ
1091. ገንፎ
1092. ብርቱካን
1093. ማዕድ፣ ምግብ
1094. ድንች
1095. ነጭ ሽንኩርት፣ ቅንቡርስ
1096. ሙዝ
1097. ዱባ
1098. ዲሽ
1099. ዐይን
1100. ዶሮ
1101. የሰው አካል
1102. ሻርክ
1103. ደወል
1104. ጉንጭ
1105. ማጭድ
1106. ሞርሳ
1107. ንብ
1108. ኑግ
1109. ሱፍ
1110. ነፍስ፣ ነፋስ

ምዕራፍ 21 "ጠ" ዕንቆቅልሽ

1111. ጠላትን የሚያንደባልል፤ የግቢ ውስጥ ወደል።
1112. ጠበል የማያድነው፤ ሐኪም የማይችለው ሕመም።
1113. ጠበል የማይፈውሰው፤ ሐኪም የማያድነው ሕመም።
1114. ጠንብቶ ቢከረፋ፤ ተቈርጦ የማይጣል ንብረት።
1115. ጠዋት ሰቅለውት፤ ማታ የሚወርድ አጅበውት።
1116. ጠዋት በአራት፣ ቀትር በኹለት፣ ማታ በሦስት እግሩ የሚኼድ።
1117. ጠዋት በአራት፣ ከሰዓት በኹለት፣ ማታ በሦስት እግሩ የሚኼድ።
1118. ጠዋት ተነስታ መሬት የምትልስ።
1119. ጠዋት ከቤት ያሰናበተኝ፣ ወደ ማታ ጠርቶ አሳደረኝ።
1120. ጠዋት ከእኔ ጋር የነበረች፤ ከሰዐት የት ደረሰች።
1121. ጠዋት ከወደ ጉያቸው ደብቀውኝ፤ ወደ ቀን አካባቢ ጐረሡኝ ።
1122. ጠዋት ወጥታ፤ የምትገባ ማታ።
1123. ጠዋት ጠዋት ገራም ናት፤ እኩለ ቀን ረመጥ እሳት።
1124. ጠፍቶብን ውል ልቃቂቱ፤ ማራቶን ርቆ ከሀገሪቱ፤ ወደ ሀገር የመለሰ ማራቶንን፤ በሲድኒ ኦሎምፒክ ያኮራን፤ እሱ ማን ነው።
1125. ጢዝ ጢዝ ጥዝታ፣ ተፈጥሮ ያደለኝ ጨዋታ፤ ጣውላ ቦርቡሬ በኖርኩኝ፤ ጥቁርነቴን ጠርተው ነቀፉኝ።
1126. ጣሪያ ላይ ተሰቅላ የቀረች፣ የዓለም ማሾ።
1127. ጣሪያ ላይ የተጋደመ ዱላ፣ አካባቢውን በብርሃን ሞላ።
1128. ጣት ላይ የማይደረግ ቀለበት፣ ከስንደዶ የተሠራ የዘንዶ ጥምጥማት።

1129. ጣፋጩ ፈሳሽ፣ የሚያሳብደው፤ እያሳሳቀ ዘው ያለው፤ አንደበቴን አስሮ እግሬን ሰነከለው።

1130. ጣፍጦ የገባው ውሃ ተስማምቶ፤ አላላውስ አለኝ ቋንጃዬን አብቶ።

1131. ጥላ መከታ ከለላ፤ ደግፎ አቅፎ የሚያበላ።

1132. ጥሬው ተቈርጦ እሸቱ የማይበላ አተር።

1133. ጥሬውን ወደፊት ዱቄቱን ወደኋላ እየሰደደች የምትፈጭ።

1134. ጥቁሩ ሰው በመሬት ውስጥ ይነግዳል።

1135. ጥቁሩ ቀለበት ነፋስ ሞልተውት መሬት ለመሬት አንከባለሉት።

1136. ጥቁሩን በሬ ቀስቅሶ ነጭ በሬ ተኛበት።

1137. ጥቁር ሕዝብን በአንድ ቤት ሰብስበው የአንድነት እንጀራ ያጎረሱ ታላቅ ሰው።

1138. ጥቁር ላም ነጭ እንቦሳ አስከትላ።

1139. ጥቁር ሜዳ ላይ ነጭ ሲሚንቶ ተቀብቶ።

1140. ጥቁር ቄስ መንደር ለመንደር ይቀድስ።

1141. ጥቁር በሬ መሪ ነጭ በሬ ተከታይ።

1142. ጥቁር በሬ በተኛበት፤ ነጭ በሬ አስነሥቶ ተኛበት።

1143. ጥቁር በሬ ከተኛበት፤ ነጭ በሬ ተሠማራበት።

1144. ጥቁር አባት ጥቁር በሶቅሞ ጥቁር የሚሸና ቆሞ።

1145. ጥቁር አባት ጥቁር የሚሸና ቆሞ።

1146. ጥቁር አናጢ፣ ጥቁርና ነጭ ጫካ ውስጥ ተቀምጦ ቀይ ወተት የሚጠጣ።

1147. ጥቁር አዞ ተጠማዝዞ።

1148. ጥቁር እንኪድ እንኪድ ነጭ፣ አረንጓዴ እንቅር እንቅር።

1149. ጥቁር ከሰል ወዝ ያለው በሰሃን ተከምሮ፤ የሚያብለጨልጨው።

1150. ካፖርት ያልለበሱ፤ ስገነት ላይ የሚቀድሱ፤ የተበደለን የሚፈውሱ ሦስት ሥላሴዎች፣ ሚዛን ጠባቂዎች እነማን ናቸው።

1151. ጥቁር ውሻ በንጉሽጉሻ።

1152. ጥቁር ዘንዶዎች ተኝተው ትልቅ ዛኒጋባ ተሸከመው።

1153. ጥቁር ጫካ ውስጥ ገብቶ፤ ጥርሶቹን አስልቶ፤ ጥቁር መንጋ የሚያሳድድ መጋዝ።

1154. ጥቁር ጫካ ዳገት ላይ የበቀለው፤ ቱሪስት ከፍሎ የማይጎበኘው።

1155. ጥቁር ፈረስ በሉት አይመለስ።

1156. ጥቁር ፈረስ በድንጋይ ቢሉት የማይመለስ።

1157. ጥቁሯ ላሜ ነጭ ላም አስከትላ።

1158. ጥቁሯ ላም እምቦሳን አስከትላ።

1159. ጥይት የማይተኩስ ነፍስ አድን፤ ጦር ሜዳ የሚገኝ አስከሬን።

1160. ጥጋብ፣ ውሎውና አዳሩ ከማነው።

1161. ጦር ሜዳ ከጀግና ተንከራትቼ፤ ከንፈሩን የሚያርስ ውሃ አንግቼ፤ ከሳተናው ጐን መች ተለይቼ።

1162. ጦርዋን ተሸከማ እጀርባዋ፤ ተኳኩላ መጓዝዋ።

1163. ጦሯ መቶ ጎምሳ፣ ስትኼድ ምድር ዳብሳ።

1164. ጧት በአራት እግሩ፣ ከሰዐት በኹለት እግሩ፣ ማታ በሦስት እግሩ የሚኼድ።

ምዕራፍ 21 "ጠ" የዕንቆቅልሽ መልስ

1111. ውሻ

1112. እርጅና

1113. እርጅና

1114. ጣት

1115. ሰንደቅ አላማ፣ባንዲራ

1116. ሕፃን፣ ጎበዝ፣ ሽማግሌ

1117. ሕፃን፣ ወጣት፣ ሽማግሌ
1118. መጥረጊያ
1119. ጎጆ
1120. ጥላ
1121. ስንቅ
1122. ፀሐይ
1123. ፀሐይ
1124. ገዛኸኝ አበራ
1125. ጥንዚዛ
1126. ፀሐይ
1127. ፍሎረሰንት
1128. ስፌድ
1129. የአልኮል መጠጥ
1130. የአልኮል መጠጥ
1131. አባት
1132. ፎሶሊያ
1133. የጥጥ መዳ(መ)ጫ
1134. ማረሻ
1135. ጎማ
1136. ጥቁር የነበረው ጸጉር በነጭ ተወረረ
1137. አጼ ሃይለ ሥላሴ
1138. ጀበና እና ስኒ
1139. ሰሌዳና ጠመኔ
1140. ጥንዚዛ
1141. መርፌ እና ክር
1142. ሽበት
1143. ሽበት
1144. ጀበና
1145. ጀበና
1146. የጸጉር ቅማል
1147. አስፋልት
1148. ዐይን
1149. ኑግ
1150. ዳኞች
1151. ኑግ
1152. ሃዲድ
1153. ምላጭ
1154. ጸጉር
1155. ጨለማ
1156. ወንዝ
1157. ሃይማኖትና ምግባር
1158. ዝንብ
1159. ስንቅ
1160. ከሠራተኛና ከቸር ሰው ጋራ
1161. ኮዳ
1162. ጃርት
1163. ጃርት
1164. ሰው ከልጅነት እስከ እርጅና

ምዕራፍ 22 "ጨ" ዕንቆቅልሽ

1165. ጨለማ ሲያይ የሚሸሻት፤ የዓለም ኮረንቲ ማናት።
1166. ጨለማ ውስጥ ገብቶ፤ የማይስት ቤቱን ከቶ።
1167. ጨኸቱ የጎበዞች፤ ልቦናው የፈሪዎች።
1168. ጫማ ግድግዳውን ቀብቶ የሚያሳምር፤ ከቀለሞች ጋር አብሮ የሚዞር።
1169. ጫካ ከገባ ኀይሉ የሚገን ውሃ ከመጣ ነፍሱ የሚቦን።
1170. ጫካ ውስጥ አንበሳን የሚያስፈራ ውሻ።
1171. ጭሱን እያጫጫሰ የሚጓዝ ቅጥልጥል ቤት።
1172. ጭራሮ ለቀይ በሬ፣ ቀይ በሬ ለነጭ በሬ፣ ነጭ በሬ ለማነቆ፣ ማነቆ ለአስፋው፣ አስፋው ለአስፈንጥር፣ አስፈንጥር ለመሬት።
1173. ጭንቅላቱን ሲያዞሩት የሚያለቅስ።
1174. ጭንቅላት የሚወደው፣ የሚለብሰው።
1175. ጭው ያለ፤ ለዝንጀሮ የሚያስቸግር መሰላል አልባ መቃብር።

ምዕራፍ 22 "ጨ" የዕንቆቅልሽ መልስ

1165. ፀሐይ
1166. እጅ
1167. አህያ
1168. ቡርሽ
1169. እሳት
1170. ተኩላ
1171. ባቡር
1172. ጣት፣ ምላስ፣ ጥርስ፣ ጉሮሮ፣ ሆድ፣ ቂጥ
1173. ቧንቧ
1174. ባርኔጣ
1175. ገደል

ምዕራፍ 23 "ጸ፥ ፀ" ዕንቆቅልሽ

1176. ፀሐይ ፈሪ፤ ውሃ ደፋሪ።
1177. ጸጉርና ቁርበት ለብሶ የሚኖሩ የቤት እንስሶች።
1178. ጸጉሯን አበጥራ ገበያ የምትወጣ።
1179. ጸጉሯን አንጨፍራ ገበያ ትወጣ።
1180. ጽሑፍን የማትወድ።

ምዕራፍ 23 "ጸ፥ ፀ" የዕንቆቅልሽ መልስ

1176. ቅቤ
1177. ላም፣ በግ
1178. ሱፍ
1179. ሱፍ
1180. ላጲስ

ምዕራፍ 24 "ፈ" ዕንቆቅልሽ

1181. ፈረሶች አበዱ፤ ከቤተክርስቲያን ገቡ።
1182. ፈቃዱን ስንፈጽምለት የሚጠላን።
1183. ፈጣሪ ልጅ የከለከለኝ ብቸናዋ እንስሳ ነኝ።
1184. ፍሬዬን ነጥቀውኝ፤ ለቤት መሥሪያ ከጭቃ ደባልቀው አቦኩኝ እኔ ማንነኝ።
1185. ፍቅር እንጂ ጠብ ገጥሟቸው የማያውቅ።
1186. ፍየሎች አበዱ፤ ተንበርክከው እሳት አነደዱ።

ምዕራፍ 24 "ፈ" የዕንቆቅልሽ መልስ

1181. ጭራ
1182. ዲያብሎስ
1183. በቅሎ
1184. ጭድ
1185. እህልና ሆድ
1186. ወናፎች

ዐቢይ የዕንቆቅልሽ ምንጮች

መስፍን መሰለ። 2002 ዓ.ም.። የዐማርኛ ዕንቆቅልሽ አንዳንድ ባህርያት። Proceedings of the 12th ILS Annual Conference.PP.1-17. Addis Ababa:AAU.

ሞገስ ዕቁበ ጊዮርጊስ። 1959 ዓ.ም.። የኢትዮጵያ ጥንታዊ ምሳሌ (በዐማርኛ)። አሥመራ፤ ማኅበረ ሐዋርያት ማተሚያ ቤት።

ሽፈራው አሰፋ። 2000 ዓ.ም.። ዘመናዊ ዕንቆቅልሾች። አዲስ አበባ፤ ፋር ኢስት ማተሚያ ቤት።

ብርሃኑ ድንቄ። 1938 ዓ.ም.። የሕፃናት ምሳሌ ዕንቆቅልህ ምን አውቅልህ። አዲስ
አበባ፤ ብርሃንና ሰላም ማተሚያ ቤት።

ብርሃኑ ገ/ፃድቅ።1993 ዓ.ም.።የዐማርኛ ዕንቆቅልሾች (ከስዕላዊ መግለጫዎች ጋር-አንደኛ የልጆች መጽሐፍ)። አዲስ አበባ፤ ሜጋ ማተሚያ ኢንተርፕራይዝ።

አለቃ ዘነብ። 1924 ዓ.ም.። መጽሐፈ ጨዋታ ሥጋዊ ወመንፈሳዊ። አዲስ
አበባ፤
ጎህ ጽባሕ ማተሚያ ቤት።

አበበ አይቼህ። 1948 ዓ.ም.። ጉራማይሌ ግሩማዊ የሆኑ ተረቶችና ምሳሌዎች። አዲስ አበባ፤ ትንሣኤ ዘጉባኤ ማተሚያ ቤት።

ዘሪሁን አስፋው።2002 ዓ.ም.። የስነጽሁፍ መሰረታውያን (5ኛ እትም)። አዲስ አበባ፤ ንግድ ማተሚያ ድርጅት።

ፍቅረ ድንግል በየነ።1971 ዓ.ም.። የምሳሌያዊ ንግግሮች ሰዋስው። አዲስ አበባ፤ ኩራዝ አሳታሚ ድርጅት።

Mittwoch, Eugen. 1899. የአለቃ ታየ ጽሑፎ 1899 Problen aus Amhariscehn Volksmunde.

ዐቢይ የድረ ገጽ ምንጮች

http://enkokilishi.com/ch_que.php (August 3 2019)

http://www.cyberethiopia.com/warka14/viewtopic.php?f=3&t=10255&sid=54c61b0bfabf26a2c7586f1880353f63(August 3 2019)

http://www.cyberethiopia.com/warka14/viewtopic.php?f=3&t=10255&start=45(August 3 2019) (ዷጎኔ Degone)

https://abugidawien.wordpress.com/%E1%8B%A8%E1%8A%A0%E1%89%A1%E1%8C%8A%E1%8B%B3%E1%89%AA%E1%8A%95E1%8B%93%E1%88%8B%E1%88%9B/ (August 3 2019)

https://am.wikipedia.org/wiki/%E1%8B%A8%E1%8A%A0%E1%88%88%E1%89%83_%E1%89%B3%E1%8B%A8_%E1%8A%A5%E1%8A%95%E1%89%86%E1%89%85%E1%88%8D%E1%88%BD (August 3, 2019) (አለቃ_ታየ_ጽሑፎች1899).

https://www.metaappz.com/Games/Enqoqelesh_Riddles/Default.aspx (August 3 2019)
https://www.sewasew.com/p/%E1%8C%A0%E1%89%A0%E1%88%8D%E1%8B%A8%E1%88%9B%E1%8B%AB%E1%8B%B5%E1%8A%90%E1%8B%8D%E1%88%80%E1%8A%AA%E1%88%9D%E1%8B%A8%E1%88%9B%E1%8B%AD%E1%89%BD%E1%88%88%E1%8B%8D%E1%88%85%E1%88%98%E1%88%9D (August 3 2019)

የዕንቆቅልሽ ጥቁማት መዘርዝር

ሀ፥ ሐ፥ ኀ፥ ኸ

ሐሜተኛ ሰው 1055
ሐሜት 939
ሐምሌ ነሐሴ 918
ሐሳብ 148፣ 768፣ 819
ሀብል 742
ሐኪም 564
ሐውልት 258፣ 315፣ 458
ሃይማኖትና ምግባር 965፣ 1157
ሀይቅ 920
ሃዲድ 20፣ 23፣ 972፣ 1152
ሀገር 340፣ 669
ኀጥአን 1072
ኹለት ዐይኖች 16፣ 17
ሕልም 279፣ 287
ሕይወት 134
ሕይወት ያለው ነገር ኹሉ 991
ሕፃን 1116፣ 1117
ሕፃንነት 805
ሆስፒታል (ሐኪም ቤት) 352
ሆድ 28፣ 127፣ 152፣ 214፣ 334፣ 470፣ 475፣ 826፣ 925፣ 1172

ለ

ለምድ 500
ለቅሶ 934
ሉል 474፣ 987
ሉባንጃ 551
ሊስትሮ 949
ሊጥ 38
ሊፍት/አሳንሥር 436
ሊፕስቲክ 523፣ 793
ላም 6፣ 1177
ላባ 421
ላጺስ 420፣ 836፣ 1054
ላጺስ 1180
ሌማት 236
ሌባ 976
ሌባ ጎማ 1066
ሌባ ጣት 584
ልብ 452፣ 453፣ 974
ልኳንዳ ቤት 667
ልጅ 740
ልጅነት 805
ልጅነት ወጣትነት ሽምግልና 211
ሎሚ 218
ሎተሪ ሻጭ 986

መ

መሃረብ 128
መላጊያ 402
መላጣ 1070
መመረቂያ ገዋን 1049
መምህር 575
መስተዋት 17፣ 566፣ 762
መሶብ 217፣ 236፣ 418፣ 419፣ 585
መሬት 649፣ 839፣ 873
መርከብ 32፣ 985
መርገም 201
መርፌ 204፣ 205፣ 303፣ 481፣ 501፣ 508፣ 641፣ 661፣ 1015

96

መርጴ እና ክር 1141
መቀስ 13
መቃብር 125፤ 159፤ 223፤ 430
መቅጃ 240
መቋጠሪያ ገመድ 761
መብላት መጠጣት፤ ጥጋብና ኩራት 1028
መብረቅ 816
መነጽር 624፤ 830
መንሽ 262፤ 644፤ 797
መንገድ 267፤ 268፤ 1017፤ 1018
መኖሪያ ቤቴ 137
መከዳ 68
መኪና 147፤ 601
መኮርኒ 547
መዝገበ ቃላት 369
መያዣ ፌስታል 477
መደብ 460
መዶሻ 630
መጅ 680
መጅና ወፍጮ 80
መጋዝ 184
መጋደርደር 808
መጥረቢያ 359፤ 516፤ 859፤ 891
መጥረጊያ 149፤ 1118
መጫኛ 265
መጭ የአረም ስም 106
መጽሐፍ 25፤ 387፤ 550፤ 776
ሙሬ 577
ሙቀጫ 36፤ 493
ሙቀጫና ዘነዙ 521፤ 999
ሙታን 971

ሙታንቲ 1078
ሙዚቃ 586
ሙዝ 811፤ 1088፤ 1096
ሙዳይ 89
ሚስማር 724
ሚስት 358
ሚዛን 570፤ 571
ሚዛዎች 107
ሚጥሚጣ 514
ማህቶት 1039
ማህጸን 1013
ማማሰያ 164
ማማሰያ እና ወጥ 640
ማሰሮ 683
ማሲንቆ 727፤ 728
ማስቲካ 131፤870፤ 1062
ማስታጠቢያ 889
ማስነጠስ 662
ማረሻ 1134
ማራቶን 685
ማር 997
ማርና ስኳር 810
ማሸላ 88፤ 463
ማቶት 1039
ማንቆርቆሪያ 376፤ 378፤ 889
ማንበብ 165
ማዕበል 825
ማዕድ 1093
ማዕድ ቤት 3
ማዲያት 739
ማድጋ 167
ማገዶ 191
ማጨሻ 698
ማጭድ 565፤ 673፤ 894፤ 1105
ምላስ 372፤ 290፤ 293፤

299፣ 328፣ 737፣ 782፣
897፣ 1172
ምላስና ጥርስ 542፣ 543፣ 640
ምላጭ 259፣ 1153
ምሰሶ 84፣ 105፣ 416
ምሳር 891
ምስማር 517፣631፣ 726
ምሥር 506፣ 522
ምስጥ 781
ምራቅ 786፣ 834
ምኞት 385
ምክር 154
ምድር 62
ምድጃ 923
ምግብ 1093
ምግብናመጠጥ/አየር 323
ምግብናዐይነ ምድር 193
ምጣድ 63፣ 546
ሞራ 348፣ 407
ሞርሳ 1000፣ 1106
ሞባይል 795፣ 852
ሞት 56፣ 135፣ 710፣ 926፣
990
ሞፈር 652
ሞፈር ቀንበር እና በሬዎች 8
ሟች 399

ሰ፥ ሠ

ሰሌዳና ጠመኔ1139
ሰማይ 62፣ 82፣ 648
ሰማይ በከዋክብት 71
ሰማይ እና ምድር 29
ሰማይና ኮከብ 364
ሰሜን አሜሪካ 356
ሰርዶ 775
ሰርግ 740
ሰነፍ ልጅ 953
ሰነፍ ቤተ ዘመድ 958
ሰነፎች 72
ሰናፍጭ 538
ሰንደል 528
ሰንደቅ አላማ 1115
ሰዐት 443፣ 588፣ 682፣ 800
ሰካራም 93
ሰው 130፣ 445፣ 916
ሰው ከልጅነት እስከ
እርጅና1164
ሰይፍ 454
ሰገራ 229
ሰፌድ 693፣ 1128
ሱረት 831
ሱሪ 98፣ 567
ሱፍ 612፣ 1109፣ 1178፣
1179
ሲበሉ ማየት 909
ሲጃራ 189
ሲጋራ 448፣ 968
ሳላ 160
ሳሙና 854፣ 942
ሳኑ ጸጉር 294
ሣቅ 1031
ሳንቡሳ 339
ሳዱላ 510
ሴት 240
ሴት ልጅ 752
ሴት አስከሬን 246
ሴት የወባ ትንኝ 1025
ስልባቦት 427
ስልክ 215፣ 983
ስም 153፣ 154፣ 749፣ 754፣
893፣ 1016
ሥራ ከማይወድ ከኩሩ ሰው ጋራ

98

ነው· 263
ሰሮች 302
ስትሞት 228
ስንቅ 1121፤ 1159
ስንዴ 502፤ 670
ስኳር ድንች 998
ስድብ 955
ስግብግብ ሰው· 39
ስፌት 693
ስፖንጅ 446
ሶኬት 10
ሶፋ 618
ሶፍት 464፤ 794

ሬ

ሩዝ 553
ሪዝ 1089
ራሱ-ቡራ 1069
ራዲዮ 101፤ 221
ሬሳና መቃብር 258
ሬሳና ሳጥን 12
ሬዲዮ 763

ሸ

ሸ (ሆሄ) በ ቆ (ሆሄ) ሳቀች 257
ሸሚዝ 271
ሸማኔ 848፤ 850
ሸረሪት 46
ሸረሪት 162፤ 881
ሹሩባ 395
ሹካና ፓስታ 605
ሻለቃ ኃይሌ ገብረ ሥላሴ 689፤ 1063
ሻማ 314፤ 371፤ 393

ሻምበል ማሞ ወልዴ 962
ሻምበል ምሩጽ ይፍጠር 368
ሻርክ 1102
ሻኞ 308
ሽማግሌ 1116፤ 1117
ሽምብራ (ባቄላ) 515
ሽሮ 350
ሽሮ ወጥ 437
ሽበት 539፤ 544፤ 1142፤ 1143
ሽቦ 1002
ሽንብራ129፤ 289፤ 498፤ 684
ሽንት 573
ሽኮኮ 1048፤ 1082
ሽጉጥ 109፤ 196

ቀ

ቀለሀ 1057
ቀለም 113
ቀለበት 50
ቀረጥ 531
ቀናት 646
ቀንበር 392፤ 636፤ 637
ቀንድ 120፤ 327
ቀንድ ከጀሮ 326
ቀይ ሥር 821
ቀይ ሽንኩርት 60፤ 61
ቀይ ወጥ 490
ቀዳማዊ አጼ ኃይለ ሥላሴ1137
ቃጋ 295፤ 511
ቁልቋል 85፤ 590
ቁልቋል እና ኢጋም 466
ቁልፍ 743
ቁም ሳጥን 731
ቁርበት 57

ቁንጫ 208፣ 330፣ 331፣ 780
ቁንጮ 449
ቁጫጭ 905
ቂም 960
ቂጥ 94፣ 312፣ 806፣ 1172
ቃሪያ 545፣ 591
ቃታ 1057
ቆጠማ 664
ቆላ 665
ቆንጆ 345
ቅመም 1027
ቅማል 701፣ 792፣ 813፣
826፣ 1071
ቅማል-ቁንጫ 702
ቅርጫ 1090
ቅባት 348፣ 407፣ 732
ቅቤ 554፣ 713፣ 715፣ 936፣
1176
ቅንቡርስ 1095
ቅንጨ 541
ቅንጭ ብ85
ቆራሌ 771
ቆርኪ 841፣ 868
ቆጮ 774
ቋት 53
ቋንጣ 355፣ 412

በ

በሆድ ያለ ጽንስና ምግብ 692
በለስ 705
በሶ 31
በሶብላ 250፣ 251
በረዶ 288፣ 809፣ 817
በሬ 354፣ 392
በርሜል 4
በርበሬ 200፣ 296፣ 755
በቈልት 482፣ 483፣ 484
በቅሎ 79፣ 220፣ 628፣ 647፣
744፣ 760፣ 840፣ 1183
በቅሎ አለመውለዷ ዶሮ
አለመሽናቷ የላም ጡት ተዘቅዝቆ
አለመፍሰሱ እንቁላል ነፍስ
አውጥቶ መኼዱ 604
በቆሎ 75፣ 76፣ 429፣ 659፣
707፣ 741፣ 772፣ 773
በቆሎ ሲጠበሱ) 515
በእሳት የተቃጠለ ጸጉር/ ቀዩ በሬ
እሳት 294
በወንዝ ውስጥ አሸዋ 664
በግ 59፣ 77፣ 344፣ 354፣
681፣ 1177
በፊልም ቤት መጋረጃ ላይ
የሚንቀሳቀሱ ተዋንያን እራባቸው
ተብሎ በስክሪኑ ላይ ማጉረሥ
አይቻልም 337
ቡሃቃ 607
ቡርሽ 1168
ቡና 884፣ 933
ቢፌ 335
ባሕረ ኤርትራ 576
ባሕር 146፣ 333
ባሕር ዛፍ 677
ባሕርይ 199
ባሌስትራ 1045
ባል (ለቤተሰብ) 358
ባሩድና አረር 45
ባርኔጣ 520፣ 1174
ባቄላ 663፣ 871
ባቡር 851፣ 1171
ባት 384
ባንክ 110
ባንዲራ 1115
ባኞ 984

ቤት 124
ቤንዚን ማደያ 696
ብራና 915
ብራዚል 1010
ብር 5፤ 194
ብርሌ 653
ብርቱካን 1092
ብቅል 482፤ 483፤ 484፤ 616፤ 617
ብዕር 947
ቦንብ 479
ቢንጊ 1173

ተ
ተልባ 298፤ 861፤ 1067
ተሹሞ መሻር 95
ተኩላ 979፤ 1170
ተወርዋሪ ኮከብ 948
ቱኳን 943
ቲማቲም 461
ታክስና ረዳት 111
ታፍና 892
ቴሌቪዥን 921
ቴኒስ ኳስ 518
ትኳን 136
ትራስ 68
ትንፋሽ 961
ትካዜ 944
ቶንዶስ 480

ቸ
ቼቼ 373
ቻፕስቲክ 523
ቼክ 512

ነ

ነቀዝ 690
ነብር 1053
ነጐድጓድ 1021
ነጩ ወተት 559
ነጭ ሽንኩርት 207፤945፤ 1095
ነጭና ጥቁር አዝሙድ 558
ነጸብራቅድንጋይ ዐለት 902
ነፋስ 34፤ 582፤ 1110
ነፍስ 1110
ነፍጠኛ 838
ነፍጥ 206
ኑግ 1108፤ 1149፤ 1151
ኔልሰን ማንዴላ 54
ኔያላ 621
ናይጄሪያ 963
ንባብ 113፤ 386
ንብ 150፤ 237፤ 238፤ 239፤ 408፤ 409፤ 440፤ 601፤ 700፤ 738፤ 1023
ንብ እና ንብ ቆራጭ 311
ንጉሥ 830
ንፍሮ 350፤ 438፤ 1068
ንፍሮ ሲቀቀል439
ንፍጥ 595፤ 823፤ 857

አ፣ ዐ
አህያ 459፤ 1167
አለ ምሰሶ የሚኖር ሰማይ596
አለ እግር የሚኬድ አባብ፤ ተመትቶ ሰብራት የማይታይበት ባሕር 596
አለጡት የሚያድግ ዶሮ 596
አልቅት 492
አልበርት አነስታይን 1059
ዐልጋ 280፤ 597፤ 598፤

599፤ 601፤ 798
አመልማሎ 422
አመንዝራ/ሴሰኛ 882
አመድ 1019
አምቡላንስ 403
አምፖል 499፤ 505
ዐሣ 117፤ 357፤ 901
አሳማ 935
አስቀድሞ ማፈር 455
አስታራቂ ሽማግሌ 966
አስኪት 482፤483፤ 484
አስፋልት 1147
ዐረፋ 869
አርባ አራቱ ታቦታት 606
አርቲስት በዛ ወርቅ 252
አሽን 389፤ 877
አሽንዳ 865
አሽንዳ 829
አሽዋ 633፤ 643
አቡካዶ 1052
አባ ጨንጋ (አባ ጠጉሬ) 615፤ 619
አባት 1131
ዐባይ 1008
አንበሳ 995
አንበሳ አውቶቡስ 273
አንድ ዓመት 234
አንጀት 132
አንንት 826
አካፋ 171
አከንባሎ 63
አዋሽ ወንዝ 433
አውራ ንብ 1076
አውራ ዶሮ 47፤ 253፤ 950፤ 1022
አውሮፕላን 35፤ 58

አዞ 118
አየር ወለድ 828
ዐይን ምድር 625
ዐይን15፤ 198፤ 209፤ 242፤ 276፤ 382፤ 494፤ 818፤ 819፤ 855፤ 929፤ 1099፤ 1148
ዐይንና ዐይን 22
ዐይንና ጆሮ 19
አይጥ 674፤ 937
አዳም 753
አጃ 320
አገር 48፤ 482፤ 483፤ 484
አግኝቶ ማጣት፤ ተንቆ መኖር1079
አጥር 622
አጼ ምኒሊክ 534
ዐፅም 954
አፍ 24፤ 372፤ 471፤ 473
አፍንጫ 17፤ 469፤ 494፤ 807፤ 938፤ 1004
ኢትዮጵያ 255፤552፤ 1050
ኢየሱስ ክርስቶስ 62
ዓመት 646
ኤሊ 313
ኤች አይቪ ኤድስ 688
ኤድስ 1009፤ 1011
እህህ 25
እህል 261
እህልወፍጮና መጅ 274
እህልና ሆድ 1185
እልልታ 1029
እሳተ ገሞራ 103
እሳት 97፤ 121፤ 122፤ 123፤ 126፤ 188፤ 417፤ 487፤ 488፤ 614፤ 846፤ 904፤

946፣ 967፣ 1169
እሳትና ጉጠት 44
እስስት 804
እስቴኪኒ 321
እስቴፕለር 397
እስክሪብቶ 316፣ 880፣ 1061
እራስ 826
እሬሳ 173
እሬት 51፣ 310
እርሻ 170
ዕርቅ 530
እርድ 426
እርጅና 1112፣ 1113
እርጉዝ እናት ልጅ ታቅፋ256
እርግብ 563
እሾኽ 890፣ 1035፣ 1064
እበት 569
እባብ 266፣ 452፣ 1060
እናቲቱ ጠመንጃ ልጅቱ ጥይት
747
እናት 969
እናት ንብ ልጅ ማር748
እንስት 414
እንስራ 166፣ 176፣ 225፣
240፣ 568፣ 654፣ 656፣
1084
እንሽላሊት 151
እንቁላል 86፣ 92፣ 349፣ 735፣
1014
እንቁላል (ከብሪት ስትለኮስ ነጭ
ከተለኮሰች በኋላ ደግሞ እሳቷ
ቢጫ) 249
ዕንቁራሪት 55፣ 529
ዕንቁራሪት እና ጅግራ 886
እንቁጣጣሽ 910
እንቅልፍ 305፣ 503፣ 504
እንቅፋት 99፣ 450፣ 491
እንባ 832፣ 875፣ 926፣ 956
እንባ፤ ምራቅ 595
እንክብል 524
ዕንኮይ 224
እንዝርት 489፣ 513፣ 734፣
787፣ 801፣ 895
እንዝርትና ልቃቂት 1012
እንጀራ 63፣ 275
እንጀራ አባት 751
እንጀራ እናት 627
እንጀሪ 767
እንጉዳይ 535፣ 924
እንግዴ ልጅ 765
እንጥል 896
ዕንጨት 634
ዕውቀት 25፣ 362
እውነት 632
እድል 24፣ 25
ዕድሜ 96፣ 704
እድሞ 210
እጅ 49፣ 620፣ 725፣ 1005፣
1166
እጅ ባትሪ 441
እግር 18፣ 486፣ 826
እግር ኳስ 155
እግዚአብሔር 849
ዕጣን 613፣ 706
ዕፀ በለስ 33
ኦርጋን 996

ከ

ከልበ ጠማማና ከዕቡይ ሰው ጋራ
169
ከመስከረም እስከ ግንቦት-ከሰኔ

103

እስከ ነሐሴ 917
ከሰል 212፣ 216
ከሠራተኛና ከቸር ሰው ጋራ1160
ከረባት 74
ከረቤዛ 494
ከበሮ 196፣ 319፣ 465፣
657፣ 720፣ 736፣ 977፣
978
ከበሮ የሚመታበት ዕንጨት
ከበሮው ሲመታ ዘፈኑና
ጨዋታው1037
ከበግ ጸጉር የሚሠራ ኮፍያ 406
ከብት 261
ከተር 923
ከንፈር 750
ከአውራ ጣት ውጭ ያሉት አራቱ
ጣቶቻችን ሲታጠፉ 602
ከዋከብት 67፣ 69
ከዘራ 509፣ 931
ከግቢ የሚፈስ የቧንቧ ውሃ863
ኩል መኳያ 1073
ኩራት 777
ኩራዝ 908
ኩርንቺት 497፣ 517
ኩሽና 3
ኩኪ 595
ኩይሳ 874
ካሜሮን 1006
ካሮት 301
ካውያ 324
ካዝና 714
ኬንያ 363፣ 379
ኪሊፐር 480
ክረምት 213
ክራባት 788
ክሬን (ሸበል) 144
ክብሪት 272፣ 609፣ 844፣
845፣ 847፣ 1046
ክብሪትና ቀፎ የክብሪት ዘንግ
693
ክኒን 524
ክፉ ሚስት 982
ክፉ ሰው (ለቤተሰብ ለዘመድ)
358
ክፉ ሴት 358፣ 959
ክፉ ባል 982
ክፉ ዘመድ 982
ክፉ ጎረቤት 957
ክፋት 1032
ኮሶ 346፣ 1020
ኮረሪማ 496
ኮራጅ 655
ኮከብ 172
ኮክ 951
ኮዳ 1161
ኮፊያ 520
ኳስ 876

ወ

ወረቀት 113፣ 915
ወረቀትና ጽሑፍ 112
ወረንጦ 374
ወራት 646
ወራጅ ውሃ 181
ወርቅ 381፣ 862
ወርቅና ብር 457
ወተት ሲገፋ 447
ወተት የሚናጥባት እንስራ 309
ወናፎች 1186
ወንበር 598፣ 599
ወንዝ 177፣ 178፣ 390፣
415፣ 452፣ 1156

104

ወንድሟ ከአማቷ የወለደውን 980
ወንፊት 174፣ 370፣ 928፣ 930
ወጣት 1117
ወጥ 347
ወጥ ሲፈላ 439
ወፍጮ 175፣ 332
ዊግ 133
ዋሻ 1042
ዋና 878
ዋንዛ 1020
ዋዋቴ 785
ውሃ 145፣ 180፣ 240፣ 424፣ 633፣ 643፣ 664፣ 1074
ውሃና ወተት 561
ውሽት 975
ውሻ 190፣ 195፣ 261፣ 434፣ 1083፣ 1111

ዘ
ዘመን 182
ዘነዘና 66፣ 675፣ 1058
ዘነዘናና ሙቀጫ 81፣ 756
ዘንዶ 1086
ዘንጋዳ 119
ዘጠኝ ወር ቢጋ 918
ዘፈን 1030
ዛቢያ 432
ዙሮን 451
ዝናር 52
ዝናብ እና የሣር ቤት ክዳን 587
ዝንብ 730፣ 1040፣ 1158
ዝንጀሮ 343፣ 888
ዝኩኒ 1047፣ 1085

የ
የሀገር አስተዳዳሪ ወይም መሪ 790
የሊጥ ማዞርያ 519
የላም ጅራት 235
የላም ጡቶች 594፣ 603
የላይና የታች ከንፈር 699
የሌሊት ልብስ 186
የሌሊት ወፍ 444፣709፣ 940
የመንገድ ላይ ሚዛን 396
የመጥረቢያ ዛቢያ 827
የመጥረቢያ ዛቢያ እጀታው ከዕንጨት የተሠራ 1026
የማሽላ የበቆሎ የሽንኮራ አገዳ 87
የማይዋሽ ሰው 30
የሜዳ አህያ 562
የሰው ላብ 812
የሰው ነፍስ 361
የሰው አካል 1101
የሰው እናት 885
የስጉን እንቁላል 745
የሲጋራ መተርኮሻ 658
የሴት ማህበር 227
የሴት ቦርሳ 843
የሴት ዕድር 227
የስልቻ ማሰሪያ ጠፍር 761
የስንዴ ፍሬ 676
የሬሳ ሳጥን 964
የሽማኔ መወርወርያ 325፣ 668
የሽቦ ዐልጋ 428፣ 601
የሽጉጥ ጥይት 139
የቀይ ባሕር መሬት 1056
የቀጋ ፍሬ 297
የቁልቁል ውሃ 85
የቁልቁል ይም 85
የቅናት ነገር 442

የቅንጭብ ደም 85
የበር መዘጊያ 104፣ 185
የበቆሎ እሸት 695
የበግ ላት 405
የቡና ፍሬ 676
የባትሪ ዐይን 642
የቤት ቁልፍ/ሙቀጫና ዘነዘና 758
የብዕር ጠብታ 366
የተረገዘ 375
የተቀቡ የእጅና አግር ጣቶች 2
የተዳፈነ አሳት 292
የትራፊክ መብራት 592
የቾክ ጽሑፍ 114
የኖዳጅ ቡቴ 404
የኖዳጅ ቡቴ መኪና 40
የንብ ማር ሲቄረጥ 824
የንቦች ንግሥት 431
የአልኮል መጠጥ 1129፣ 1130
የአቁማዳ ጠፍር 761
የአንገት ሃብል 380
የዐይን ብሌን 367
የአይጥ ጉርጓድ 1042
የአይጥ ጉርጓድ ወይም የጅብ ጎሬ 1044
የአደጋ የፖሊስ መኪና ጥሩንባ 580
የአፍንጫ ቀዳዳዎች 102፣ 469
የኢትዮጵያ ራጮች 687
የኤሌክትሪክ ሽቦ 304
የእሳት ራት 922
የእራስ ጸጉር 400፣ 413፣ 650
የእርሻ ቦታ 170
የእናት ሆድ 919
የእናት ማሕፀን 651
የእንስራ ውሃ 342

የአንጀራ ምጣድ 712
የእጅ ስልክ (ሞባይል) 872
የእጅ ጣት እና አፍንጫ 7፣ 14
የእጅ ጣቶች 203
የእግር ካስ 108
የእግር ካስ ተመልካች 143
የከበሮ ቄዳ 1037
የከበሮ ድምጽ 926
የክብት ቀንድ 202
የክብት አፍንጫ 835
የከተማ አውቶቢስ 638
የካንጋራ ማዘያ ከረጢት 1038
የኮሶ ትል 532
የመስፊ እራስ 672
የወር አበባ 398
የውተት አንጀት 410
የወንድ ሱሪ 918
የወፍጮ መጅ 175
የውሃ ቧንቧ 264
የውሃ እናት 989
የውድድር ዋንጫ 142
የደቡብ አፍሪካ አግር ካስ ተጫዋቾች 435
የጅብ ሆድ 993
የጅብ የአይጥ ጉርጓድ 1043
የጅብ ጉርጓድ 1042
የጋራ እቃ 192
የግብ መረብ 1077
የግብ ማአዘኖች 1
የጥጥ መዳ(መ)ጫ 1133
የጦር መሣሪያ ምላጭ 219
የጨማ ሚስማር 388
የጽኑት መኪናና ተሳቢው 796
የጸጉር ቅማል 858፣ 1146
የፍየል ልጅ ፍየል 1036
የፍየል ጅራት 65

ያረገዞች ሴት 691

ደ
ደመና 820
ደምነት 952
ደምና ሰሮች 300
ደረት 783
ደራርቱ ቱሉ 317
ደወል 803፤ 1103
ደጋ 666
ዳላ 927
ዳቄት አይፈጭም 645
ዳባ 91፤ 574፤ 1097
ዲሽ 1098
ዲያብሎስ 1024፤ 1182
ዳስተር 867
ዳቦ ቤት 1003
ዳኞች 1150
ዳጉሳ 187
ዳጉሳና ጥርስ 560
ድመት 41፤ 43፤ 495፤ 581፤ 769፤ 770
ድስት 437
ድስት እና ጉልቻ 635
ድራፍት 525
ድንች 549፤ 733፤ 898፤ 1094
ድንኳን 141
ድንጋይ 478፤ 633፤ 643፤ 856
ድንግል 864
ድጅኖ 307
ድፎ ዳቦ 64
ዶ/ር አክሊሉ ለማ 779
ዶሮ 21፤ 161፤ 241፤ 285፤ 354፤ 746፤ 899፤ 903፤ 973፤ 1100
ዶሮ እና እንቁላል 572፤ 879
ዶኴ 437

ጀ
ጀላቲን 822
ጀልባ 336፤ 351
ጀርባ 783
ጀበና 683፤ 729፤ 1144፤ 1145
ጀበና እና ስኒ 719፤ 757፤ 1138
ጃርት 37፤ 1162፤ 1163
ጅማት 306
ጅራት 235
ጅራፍ 392፤ 456፤ 717፤ 721፤ 723፤ 932
ጅብ 281፤ 994
ጆሮ 9፤ 115፤ 158፤ 494፤ 589፤ 778
ጆሮና ቀንድ 913፤ 914
ጆሮና ጆሮ 22
ጆግ 889

ገ
ገመድ 70
ገበያ 26፤ 283፤ 284
ገንቦ 167
ገንዘብ 194
ገንፎ 703፤ 811፤ 1091
ገንፎ በቅቤ 391
ገዛኸኝ አበራ 1124
ገደል 1175
ገደል ማሚቶ 254
ጉልቻ 697

ጉልቻ እና ሽሮ እየፈላ 260
ጉም 270፣ 556፣ 694፣ 799
ጉሮሮ 365፣ 1172
ጉቶ 912
ጉንዳን 116፣ 660፣ 905
ጉንጭ 1104
ጉዝጓዝ 383
ጋሪና ፈረስ 192
ጋራጅ 468
ጋብቻ 740
ጌሾ 578፣ 579፣ 711
ጌታ 222
ግራምጣ 789
ግብጽ 629
ግብጾች 1007
ግንባር 469፣ 807
ጎሚስታ 100
ጎማ 90፣ 1135
ጎረንዳዮ 829
ጐርፍ 179
ጎበዝ 1116
ጎደሎ እንስራ 342
ጐዳና 269
ጎጆ 1119
ጓንት 168፣ 791
ጓጉንቸር 743
ጓጉንቸር ከነቁልፉ 78

ጠ

ጠላ የያዘ ጋን 277
ጠመኔ 866
ጠመንጃ 196፣353፣ 623፣ 722፣ 1041፣ 1057
ጠመንጃ እና ጥይት 467
ጠረጴዛ 598፣ 599፣ 600
ጠረጴዛ ቴኒስ 1034
ጠበንጃ 718
ጠባይ 199
ጠፍር 70፣ 240
ጡት 11፣ 716፣ 1065
ጣት 15፣ 338፣ 1114፣ 1172
ጣኦስ (ፒኮክ) 842
ጣውንታሞች 138
ጣዝማ 507፣ 883
ጣዝማ ማር 608
ጤዛ 231
ጤፍ 686
ጥላ 197፣ 230፣ 232፣ 248፣ 764፣ 766፣ 931፣ 1120
ጥላሁን ገሠሠ 1075
ጥልቆ 679
ጥርስ 15፣ 291፣ 360፣ 372፣ 401፣ 833፣ 1172
ጥርስና ምላስ 533፣ 537
ጥርስና ከንፈር 548
ጥርሶች 472
ጥርኝ 583
ጥቁሩ ቡና 559
ጥቁር ላምና ወተቷ 759
ጥቁር ሰሌዳ 114
ጥቁር የነበረው ጸጉር በነጭ ተወረረ 1136
ጥንብና ጅብ 286
ጥንዚዛ 1125፣ 1140
ጥይት 140፣ 244
ጥጥ 27፣ 73፣ 116፣ 421፣ 423፣ 1020
ጥጥ ሲዳመጥ 278
ጦር 927
ጧፍ 992

ጨ

ጨለማ 1155
ጨረቃ 329፣ 394፣ 784፣ 815
ጨው 853፣ 906
ጨው እና በርበሬ 1033
ጨውና ቅቤ 1027
ጨጓራ 639
ጫማ 233፣ 485
ጫት 593
ጫጩቶች 837
ጭራ 1181
ጭር ያለች ዶሮ 540፣ 708
ጭብጦ 31
ጭንቅላት እና ጸጉር 462
ጭድ 1184
ጭጋግ 557
ጭፍራ 941
ጮጮ 318

ጰ

ጰጉሜ 917

ጸ፥ ፀ

ፀሓይ 183፣ 243፣ 247፣ 377፣ 802፣ 1122፣ 1123፣ 1126፣ 1165
ፀሓይና ጨረቃ 341
ጸሐፊ 678
ጸጉር 42፣ 476፣ 694፣ 807፣ 826፣ 1154
ፅንስ 375
ጽድቅ 527

ፈ

ፈስ 988
ፈረሰኛ 814
ፈረስ 526
ፈንድሻ 157፣350፣ 515፣ 536፣ 1087
ፈጣሪ 911
ፈጣን ሎተሪ 1001
ፊልም 411
ፉጡማ ሮባ 1051
ፊንጣ 245፣ 610
ፍልፈል 671
ፍሎረሰንት 1127
ፍም 923
ፍሪጅ 83፣ 611
ፍቅር 226፣ 637፣ 1081
ፍየል 322፣ 344
ፎሶሊያ 1132
ፎቶግራፍ 163፣ 411፣425፣ 626
ፏፏቴ 555፣ 860

ፐ

ፓስታ 907
ፐላስቲክ እንስራ 166
ፐላስቲክ ጀሪካን 900
ፖሊስ 156
ፖፖ 282

ቨ

ቪዲዮ ካሜራ 1080
ቮልስዋገን 970

www.ingramcontent.com/pod-product-compliance
Lightning Source LLC
Chambersburg PA
CBHW070435010526
44118CB00014B/2045
* 9 7 8 0 9 9 5 2 0 7 5 1 6 *